ஊமத்தைப் பூக்கள்

ஊமத்தைப் பூக்கள்

வித்யா சுப்ரமணியம்

முதற்பதிப்பு: 2023
First Edition: 2023

Oomathai Pookkal

ஊமத்தைப் பூக்கள்

Vidya Subramaniam

வித்யா சுப்ரமணியம்

ISBN: 978-93-95441-84-1

Pustaka Digital Media Pvt. Ltd.
#7-002, Mantri Residency,
Bannerghatta Main Road, Bengaluru - 560 076
Karnataka, India
+91 7418555884

பொருளடக்கம்

வீட்டுக்கு வந்த அப்பாவை அனைவரும் ஆவலோடு பார்த்தார்கள். அம்மா அவருக்கு ஃப்ரிஜ்ஜிலிருந்து சில்லென்று தண்ணீர் கொண்டு வந்து கொடுத்தாள். அவர் தண்ணீர் குடித்து முடிக்கும்வரை மௌனமாய் அவரையே பார்த்துக் கொண்டிருந்தாள். சில்லென்ற நீர் சற்று சோர்வையும் தாகத்தையும் போக்க, அப்பா அவர்களைப் பார்த்துச் சிரிக்க அதன் பிறகுதான் மற்றவர்கள் முகத்திலும் சிரிப்பு வந்தது.

"அவா ஒத்துண்டாச்சு. வர ஞாயித்திக்கிழமை நிச்சயதார்த்தம் வெச்சுக்கலாம்னுட்டா." அவர் சொல்ல அம்மா மலர்ந்தாள். தங்கையும் தம்பியும் கற்பகத்தைப் பார்த்துச் சிரித்தார்கள்.

"ஆவின்ல ஆளுக்கொரு கஸாட்டா வாங்கித்தரணும், சரியா?" தம்பி தனக்குத் தேவையானதைச் சொல்லி விட்டான்.

கற்பகம் சிரித்தபடி தலையாட்டினாள். தம்பியும் தங்கையும் எழுந்து போய்விட்டார்கள். அப்பா அவளைக் கனிவோடு பார்த்தார்.

"உனக்கு பரிபூரண சம்மதம்தானே தாயி?"

"ஏம்ப்பா... இப்டி கேக்கற...?"

"அதில்லம்மா. பையன் வெறும் ப்ளஸ் டூதான். சென்ட்ரல் கவர்ன்மெண்ட் ஆபீஸ்ல வேலை. பெரிசா ஒண்ணும்

சம்பளமிருக்காது. புரொமோஷன் வந்தா உண்டு. நீ கிராஜுவேட்டாச்சே, அதான் யோசனையார்க்கு."

"ஆனா எனக்கு இன்னும் வேலை கிடைக்கலையேப்பா! இதுவரை எத்தனை பேர் வேலை பார்க்கற பொண்ணுதான் வேணும்னு என்னை ரிஜெக்ட் பண்ணிட்டு போனா! இந்த ஒரு இடத்துலதானே கல்யாணத்துக்குப்புறம் வேலை கிடைச்சா போவயான்னு கேட்டா. ப்ளஸ்டூவா இருந்தா என்னப்பா? பையனுக்கு பெருந்தன்மை இருக்கே, அதுபோதும்."

அப்பா கனிவோடு சிரித்தார். "இன்னோரு விஷயமும் சொல்லித்தான் ஆகணும் கற்பகம்" என்றார்.

"என்னப்பா?"

"பையன் நல்ல பையன்தான். ஆனா அக்கம்பக்கத்துல சும்மா பேச்சுக் கொடுத்ததுல உன் மாமியாரைப் பத்தி சொன்னதுதான் கவலையார்க்கு."

"என்ன சொன்னா அப்டி?"

"அவா வீட்டுக்கு அடுத்த போர்ஷன்காரரை வெத்தலை பாக்கு கடைல பார்த்தேன். அவாத்து மாமியும் கூடவே இருந்தா. அவாதான் சொன்னா. 'பையன் தங்கமானவன்தான் மாமா. பெண்ணை கண்ணை மூடிண்டு கொடுக்கலாம் நீங்க. ஆனா மாமியார்காரிதான் சித்த பிடுங்கல். மொத மாட்டுப் பெண்ணோட எப்பவும் சண்டைதான். பேசிப் பேசியே மனுஷாளைக் கொன்னுடுவா. மூத்தபிள்ளை சரியான அம்மா பிள்ளை. அதனால மாட்டுப் பெண்ணைப்பத்தி பிள்ளைகிட்ட அவ மூட்டி மூட்டி கொடுத்துண்ட்ருப்பா. இவனும் அப்பங்காளையாட்டம் தலையாட்டிண்ருப்பான். ஆனா சின்ன பிள்ளை அப்டியில்ல. பெண்டாட்டியை நன்னா வெச்சுப்பான். அம்மாவைப் பத்தி என்ன? பிள்ளைதானே நமக்கு முக்கியம்'னா அந்த மாமி! ஆனா நா பேசினவரைக்கும் உங்க மாமியாரைப் பார்த்தா ரொம்ப வெகுளியாதான் தெரியறா. ரொம்ப ஆசையாதான் பேசினா."

“அப்புறம் என்னப்பா? அக்கம் பக்கம் ஆயிரம் சொல்லும். அதையெல்லாம் கேட்டா குழப்பம்தான் மிஞ்சும். தெய்வம் இருக்கு. அது என்னோட வந்து என்னை பத்திரமா பார்த்துக்கும். நீ எதைப்பத்தியும் கவலைப்படாம வேலையை ஆரம்பி.”

அப்பாவின் முகத்தில் தெளிவு பிறந்தது. கல்யாண ஏற்பாடுகளை கவனிக்க ஆரம்பித்தார்.

நிச்சயதார்த்தத்திற்கு பெண்ணை அழைத்து வரச் சொன்னார்கள். ஆனால் அப்பா தங்கள் வீட்டில் அது வழக்கமில்லை என்று கூறிவிட்டார். வயதான அத்தையோடு அவள் வீட்டில் இருக்க, மற்றவர்கள் எல்லோரும் பிள்ளை வீட்டுக்குப் போனார்கள். இரவு ஒன்பது மணிக்கு நிச்சயதார்த்தம் முடிந்து திரும்பி வந்தார்கள். அம்மா ஒரு பாலிதீன் கவரை அவளிடம் கொடுத்தாள். ‘உங்காத்துக்காரர் உனக்கு கொடுத்தனுப்பினார்’ என்றாள். கவரில் ரெண்டு மைசூர்பாகும் போண்டாவும் இருந்தது.

அத்தை, பிள்ளை வீட்டை பற்றி விசாரித்தாள். இரவு வெகு நேரம் நிச்சயதார்த்தம் பற்றிப் பேசிக் கொண்டிருந்தார்கள்.

“வீடுதான் ரொம்ப சின்னது. ஒரே இருட்டுக்கசம். பகல்லயே லைட்டை போட்டுண்டுதான் நடமாடணும் போல்ருக்கு” பெரிய அக்கா சொன்னாள்.

“இருக்கறது ஒரு ஹால். அப்புறம் சின்னதா ஒரு ரூம், அதுலயும் பெரிசு பெரிசா வாடகைக்கு விடற கல்யாண சமையல் பாத்திரங்கள். நிக்கவே இடமில்ல அந்த ரூம்ல. எப்டி எல்லாரும் அந்த வீட்டுல படுத்துப்பா? மாமனார், மாமியார், பெரிய பிள்ளை, மாட்டுப்பெண், நாளைக்கு இவா ரெண்டு பேர் வேற...! இடம் பத்துமா எல்லார்க்கும்?” சின்னக்கா கவலைப்பட்டாள்.

“அதெல்லாம் கல்யாணமானதும் இதைவிட பெரிசா வீடு பார்த்துடுவோம்னு சம்பந்தி பிராமணர் சொல்லியிருக்கார்.”

"அதுக்கு முந்தியே வேற வீட்டைப் பார்க்கச் சொல்லிட்டு வர வேண்டியதுதானே" அத்தை கேட்டாள்.

"அதெப்டி? நாம அதிகாரம் பண்ணவா முடியும்? இருந்தாலும் ஒன்றுக்கு ரெண்டு முறையா இவ மாமனார்கிட்ட சொல்லிட்டுதான் வந்தேன். வீடு பத்தாது. உடனே மாத்திடுங்கோன்னு. நமக்கிருக்கற கவலை அவாளுக்கு இருக்காதா? அதெல்லாம் மாத்திடுவா."

"மாத்தாட்டி ரொம்ப கஷ்டம். மாமனார் மாமியார் அவா பாத்திரங்கள், சாமான்கள், வாடகை பாத்திரங்கள், பெரிய மாட்டுப் பெண்ணோட சாமான்கள்னு இப்பவே வீடு அடைசலா இருக்கு. அதோட இவளோட சாமானும் சேர்ந்தா எல்லாரும் நின்னுண்டுதான் தூங்கணும்" சின்னக்கா கிண்டலடித்தாள்.

"அதுசரி, இவா மாமியார்க்கும் மாமனார்க்கும் ரொம்ப வயசு வித்தியாசம் தெரியல?"

"சொன்னாரே! அவருக்கு மாமி ரெண்டாம் தாரமாம். நாப்பத்தெட்டு வயசு இருக்கும்போது முத பெண்டாட்டி செத்துப் போனாளாம். அவளுக்கு குழந்தை எதுவும் பிறக்கல. அதுக்கப்பறம் மாமியை ரெண்டாந்தாரமா பண்ணிண்டாராம். அப்பொ மாமிக்கு பதினெட்டு வயசுதானாம்."

"அடேயப்பா! அவ்ளோ வயசு வித்யாசத்துல எப்டி பண்ணிக்கொடுத்தாளாம்?"

"யாரு கண்டா, அவாத்துல என்ன கஷ்டமோ?"

"ம்...! நாப்பத்தெட்டுல ரெண்டாங்கல்யாணம் பண்ணிண்டு மூணு குழந்தைகள் பிறந்து மூத்தவனுக்கு கல்யாணம் பண்ணி, பெண்ணையும் கட்டிக்கொடுத்து இப்பொ மூணாவது பிள்ளைக்கும் பண்றார்னா கிரேட்தான்."

"அந்தக்காலத்து உடம்பு! இப்ப என்ன வயசாறதாம்?"

"தொண்ணூறுன்னார். போன வருஷம் வரை ஜாங்கிரி சுத்தின கைதான். இப்பதான் தள்ளாமை வந்துடுத்துன்னார்.

அவரை மாதிரியே எனக்கும் சமையல் வேலைதான்றதுல மனுஷனுக்கு ரொம்ப சந்தோஷம்.''

''உனக்கு சமையல் வேலையா? கல்யாண பட்சணம் பண்ற வேலைன்னு சொல்லு!''

''இதுக்கு முந்தி அதானே!''

''என்னமோ போங்கோ! பாத்தவரை நல்ல மாதிரியாதான் தெரியறா. வீட்டை மட்டும் மாத்திட்டா நன்னார்க்கும். இவ போய்தான் சாமர்த்தியமா ஏற்பாடு பண்ணணும். மாறிப்போறவரை அந்த வீட்ல கொஞ்சம் கஷ்டம்தான் படுவா'' அம்மாவின் குரலில் கவலை அப்பிக் கிடந்தது.

***

நிச்சயதார்த்தத்திற்கு இரண்டு நாள் கழித்து மாப்பிள்ளையின் செருப்பளவு கேட்க அப்பா அங்கே போயிருந்தார்.

''வாங்கோ வாங்கோ, உங்களைத்தான் எதிர்பார்த்துண்டிருந்தேன்'' மாமி வரவேற்றாள்.

''என்ன...?''

''உங்ககிட்ட நா சொல்லலையா, என்னோட குருமாமியைப் பத்தி? அவா ஊர்லேர்ந்து வந்துட்டா. எனக்கு எல்லாமே மாமிதான். மாமி சொல்தான் எங்களுக்கு வேதவாக்கு. மாமி சாட்சாத் காமாட்சியோட அம்சமாக்கும். உங்களைப் பார்க்கணும்னா. அடுத்த தெருதான். ஒரு நிமிஷம் வாங்கோளேன், போய்ட்டு வந்துடலாம்.''

அப்பா தயங்கினார். எதற்கு என்று மறுக்கப் பார்த்தார். மாமி விடவில்லை. குருமாமியின் வீட்டுக்கு அழைத்துக் கொண்டுதான் போனாள். அடுத்த தெருவிலேயே வீடு இருந்தது. காம்பவுண்டு சுவருக்குள் தென்னை மரங்களுக்கு நடுவில் பெரியதாயிருந்தது வீடு. வீட்டுக்குள் முன் ஹால் கிட்டத்தட்ட ஒரு கோயிலாகவே காட்சியளித்தது. பெரிய

தேக்கு மண்டபத்தில் காமாட்சி அம்மன் விக்ரகம் பெரிதாய் வைத்திருந்தது. தவிர எல்லா சாமியின் செப்பு விக்ரகங்களும் மண்டபத்தில் இருந்தது. ஊதுவத்தி வாசனையும், பூவாசனையும் மூக்கைத் துளைத்தது. நிறைய ஆட்கள் ஹாலில் உட்கார்ந்து கண்மூடி பக்தி மயத்தில் ஆழ்ந்திருந்தார்கள்.

மண்டபத்துக்கு முன்னால் பழுத்த பழம்போல் செக்கச் செவேல் என்ற தோற்றமும், பெரிய குங்குமப் பொட்டுமாய் குருமாமி என்று சொல்லப்பட்ட அந்தப் பெண்மணி அமர்ந்து பூஜை செய்து கொண்டிருந்தாள்.

"இப்டி உட்காருங்கோ. பூஜை முடிஞ்சதும் பேசுவோம்" என்ற மாமி தான் மட்டும் முன்னால் போய் குருமாமிக்கு சற்றுத் தள்ளி அமர்ந்து கொண்டாள்.

அப்பாவுக்கு அந்த சூழ்நிலை சற்றும் பிடிக்கவில்லை. அவருக்கு தெய்வபக்தி உண்டு. ஆனால் இந்த படாடோபமும் வீட்டையே கோயிலாக்கி, குரு என்று பேர் வைத்துக் கொண்டு ஜனங்களை வசியப்படுத்தி வீட்டுக்கு வரவழைத்து பக்தியில் ஆடச் செய்வது இதெல்லாம் சுத்தமாய் பிடிக்கவில்லை. அறிமுகமாவதற்கு முன்பே அந்த குருமாமியை ஏனோ பிடிக்காமல் போயிற்று. இருந்தாலும் எதையும் வெளிப்படையாய் காட்டிக்கொள்ளாமல் பொறுமையாய் பூஜை முடியும் வரை உட்கார்ந்திருந்தார்.

உள்ளிருந்து ஒரு பாத்திரத்தில் வாழையிலை போட்டு மூடியவாறு நைவேத்தியத்திற்கு நெய் மணக்கும் சர்க்கரைப் பொங்கல் வந்தது. கற்பூரம் காட்டி மாமி அதை நைவேத்யம் செய்ய, ஒருவர் பெரிய வெண்கல மணியை டாண்டாணென்று அடித்தார். வந்திருந்தவர்கள் கண்மூடி தலைக்குமேல் கை கூப்பி 'காமேஸ்வரி, தாயே அம்பிகே' என்று வணங்கினார்கள்.

மாமி சர்க்கரைப் பொங்கலை மூடியிருந்த வாழையிலையை எடுத்தாள். அடுத்த நிமிடம் உணர்ச்சி பொங்க "காமேஸ்வரி...!

நீ வந்து சாப்ட்டயாடிமா...!'' என்று கத்தியபடி கண்ணீர் விட்டாள்.

"என்னாச்சு மாமி...?'' எல்லோரும் குருமாமியை சூழ்ந்து கொண்டார்கள். மாமி சர்க்கரைப் பொங்கலை சுட்டிக் காட்டினாள். சர்க்கரைப் பொங்கலின் சீரான மேற்பரப்பில் யாரோ கொஞ்சம் எடுத்து சாப்பிட்டாற்போல் விரல்களின் அடையாளம் தெரிந்தது.

"காமேஸ்வரி நம்மாத்து பிரசாதத்தை சாப்ட்டுட்டா! அவ கைதான் அது''. மாமி முணுமுணுக்க எல்லோரும் சர்க்கரைப் பொங்கல் பாத்திரத்தை நெருக்கியடித்துக் கொண்டு பார்த்துப் பார்த்து சிலிர்த்துப் போனார்கள். கற்பகத்தின் மாமியார் சாஷ்டாங்கமாக விழுந்து குருமாமியை நமஸ்கரித்தாள். "காமேஸ்வரி காஞ்சிபுரத்துல இல்ல மாமி. உங்காத்துலதான் குடியிருக்கா. உங்களோடதான் அவ இருக்கா. இந்த இடம்தான் அவளுக்கு ரொம்ப பிடிச்சிருக்கு போல்ருக்கு!'' என்று எல்லோரும் உளறிவிட்டுப் போனார்கள். கற்பூரத்தட்டில் சிலிர்த்துப் போய் ரூபாய் நோட்டுகளையும், சில்லரைகளையும் அள்ளிப் போட்டார்கள்.

எல்லாவற்றுக்கும் மேல் ஒரு பெண்மணி "சுடச்சுட சர்க்கரை பொங்கல்ல கைய வெச்சா காமேஸ்வரிக்கு கை சுடாதோ...? நாளைக்கே நா ஒரு வெள்ளி கரண்டி வாங்கி தந்துடறேன். பூஜைல அதை வைங்கோ. இனிமே காமேஸ்வரி அதால சாப்டட்டும்'' என்றாள்.

இந்தக் கூட்டத்திலும் சிலிர்ப்பிலும் சேராது அப்பா மட்டும் அப்படியே உட்கார்ந்திருந்தார். அவர் முகம் இறுகியிருந்தது. தேவையில்லாது தன்னை யார் வீட்டிலோ அனாவசியமாய் உட்கார வைத்துவிட்ட கோபம்.

அதோடு பக்தி என்ற பெயரில் மக்களை முட்டாளாக்கும் அந்த சூழல் தந்த எரிச்சல். காமேஸ்வரி வந்தாளாம்.

சர்க்கரை பொங்கலை சாப்ட்டாளாம். அவர் உட்கார்ந்திருந்த இடத்திலிருந்து மாமி வீட்டு சமையற்கட்டு நன்றாகவே தெரிந்தது.

மாமியின் மாட்டுப்பெண் நைவேத்தியத்திற்கு சர்க்கரைப் பொங்கலை எடுத்து வாழையிலை போட்டு மூடிவிட்டு பின்பக்கம் போக மாமியின் பேரனோ, யாரோ ஒரு சிறுவன் மெதுவாக வந்து வாழையிலையைத் திறந்து யாரும் பார்ப்பதற்கு முன் ஒரு கை சர்க்கரைப் பொங்கலை வழித்துத் தின்றுவிட்டு ஓடியதை அவர் பார்த்தார்.

அதன்பிறகு மாட்டுப்பெண் சர்க்கரைப் பொங்கலை பூஜையில் வைக்க அடுத்தடுத்து ஒரே கூத்தாக அரங்கேறிக் கொண்டிருந்தது.

பூஜை முடிந்து காமேஸ்வரி கைவைத்து சாப்பிட்ட சர்க்கரைப் பொங்கலை வாங்கி பயபக்தியோடு சாப்பிட்டு விட்டு வந்திருந்த கூட்டம் குருமாமியையும் வரிசையாய் நமஸ்கரித்தது. அவள் எல்லோர் நெற்றியிலும் விபூதி குங்குமம் வைத்து வாழ்த்தினாள். கூட்டம் ஒருவழியாய் வெளியேறி வீடு காலியாகும்போது மணி பன்னிரண்டாகிவிட்டது. கற்பகத்தின் மாமியார் தன் குருமாமியிடம் பவ்யமாய் ஏதோ சொல்லி அவரை சுட்டிக் காட்டினாள். ‘அப்படியா’ என்றபடி மாமி அவரை நோக்கி வந்தாள்.

“மாமியை நமஸ்காரம் பண்ணிக்கோங்கோ. ரொம்ப விசேஷம்” கற்பகத்தின் மாமியார் சொன்னதை காதிலேயே வாங்கிக்கொள்ளாதது போல் அவர் மணியைப் பார்த்துவிட்டு ‘எனக்கு நாழியாறது’ என்றார். சம்பந்தி மாமியின் முகம் ஒரு மாதிரியாகி விட்டது.

❋❋❋

"உங்க பேர்...?" குருமாமி அவரை இன்டர்வியூ செய்வதுபோல் கேள்வி கேட்க ஆரம்பித்தாள்.

"சங்கரன்."

"கல்யாண பட்சணமெல்லாம் ஆர்டர் எடுத்து பண்ணிக் கொடுப்பேளாமே?"

"ஆமாம்."

"எத்தனை பொண் உங்களுக்கு?"

"நாலு பொண்ணு ஒரு பிள்ளை. மொதல் ரெண்டு பேர்க்கு கல்யாணமாய்டுத்து. இவ மூணாவது. இவளுக்கப்பறம் ஒரு பிள்ளையும் ஒரு பெண்ணும் இருக்கா."

"லக்ஷ்மி (கற்பகத்தின் மாமியார்) எல்லாம் சொன்னா. ஆனா பாருங்கோ லௌகீகம் பேசறபோது நா இல்லாம போயிட்டேன். என்னைக் கேக்காம இவாத்துல ஒரு துரும்பசைக்க மாட்டா. என் மேல அவ்ளோ பிரியம். நீங்க என்னல்லாம் செய்யப்போறேள்னு எல்லாத்தையும் எங்கிட்ட சொல்லிட்டா, ரொம்ப சந்தோஷம். மகா பெரியவா ஆசீர்வாதத்துல இந்த கல்யாணம் அமோகமா நடக்கும். கவலையே படாதீங்கோ! எங்களுக்கெல்லாம் பெரியவாதான்

எல்லாம். அவர் பேரைத்தான் போட்டு பத்திரிகை அடிக்கச் சொல்லியிருக்கேன். நீங்களும் அப்டியே அடிச்சுடுங்கோ. அப்புறம்... ஒரு வேண்டுகோள்.''

அப்பா எரிச்சலை மறைத்துக் கொண்டு என்ன என்றார்.

''வரதட்சணை ஐயாயிரம்னு சொன்னா. ஆனா பாருங்கோ மாமா... இவளுக்கு ஒண்ணும் தெரியாது. ஐயாயிரத்துல இப்பொ என்ன செய்ய முடியும் சொல்லுங்கோ! உங்க பொண்ணுக்கு ஒரு பட்டுப்புடவை வாங்கக்கூடக் காணாதே அது! இவ ஒரு வெகுளி. ஒண்ணும் தெரியாது. அதனால் ஒரு எட்டாயிரமா கொடுத்துடுங்கோ. வேற ஒண்ணும் நீங்க ஜாஸ்தி செய்யணும்னு நாங்க எதிர்பார்க்கல. எல்லார்க்கும் ஒரு புடவை ரவிக்கையாவது வாங்கிக் கொடுக்க வேண்டாமா? ஐயாயிரத்துல யாருக்குன்னு வாங்குவா. அதான் கொஞ்சம் கூடத்தரச் சொல்றேன். தப்பா நினைச்சுக்காதீங்கோ'' அப்பா உடனே சரி என்று சொல்லவில்லை.

''எங்காத்துல எங்க்க்காவைக் கேக்காம நா எதுவும் செய்யறதில்ல. அதனால அக்காவோட பேசிட்டு அப்பறம் வந்து சொல்றேன்.''

''உங்களால முடியும். அதிகம் கேக்கல அவ. ஒரு மூவாயிரம்தான். போன மாசம் பதினஞ்சு தரேன்னு ஒருத்தர் வந்து தவமா கிடந்தார். காசா முக்கியம் நமக்கு?''

அப்பா எரிமலையை மறைத்துக் கொண்டு அமைதியாய் விடை பெற்றார்.

அங்கே காட்ட முடியாத கோபத்தை வீட்டுக்கு வந்து காட்டினார். ஜாங்கிரி மாவில் ஒரே ஒரு உளுந்து முழுசாய் ஒளிந்து கொண்டு ஜாங்கிரித் துணியின் ஓட்டையில் அடைத்துக்கொள்ள துணியோடு மாவைத் தூக்கி கிரைண்டரைப் பார்த்து வீசி எறிந்தார். அம்மா பயந்துபோய் துணியிலிருந்த மாவை வழித்து கிரைண்டரில் போட்டுவிட்டு அடைப்பை

சரிசெய்து கவனமாய் வேறு மாவு எடுத்து துணியில் வைத்து மூடி எடுத்துக்கொண்டு போய் பவ்யமாய்க் கொடுத்தாள். அதுமட்டுமல்ல, சாதம் லேசாகக் குழைந்து விட்டதென்று சாம்பார் சாதத்திலேயே கையை அலம்பிவிட்டு எழுந்தார். அம்மாவும் சாப்பிடவில்லை. அப்பாவின் கோபம் அவளுக்குப் புதிதல்ல. கோபித்துக் கொள்வதனால் அவரை முரடர் என்றோ கெட்டவர் என்றோ சொல்லிவிட முடியாது. அந்தக் கோபத்திற்குப் பின்னால் முழுக்க முழுக்க தன் குடும்பத்தின்மீது அவர் வைத்திருக்கும் அன்பு அளவிட முடியாதது. அம்மா அவரிடம் நிறைய அடி வாங்கியிருக்கிறாள். காலையில் அடித்தார் என்றால் மாலையில் நாலு புதுப் புடவை நிச்சயம் அவளுக்கு உண்டு. அந்த அளவுக்கு அன்பும் நிறைந்தவர்.

"கௌசிக கோத்திரமாச்சே. கோச்சுக்காட்டா எப்டி." என்று அவரே சந்தோஷமாயிருக்கும் சமயங்களில் தன் கோபத்தைப் பற்றி இப்படி விமரிசித்துக் கொள்வார். எல்லாவற்றுக்கும் கோபம் வரும் அவருக்கு... சத்தம் போட்டுச் சிரித்தால் முறைப்பார். கத்திப் பேசினால் பிடிக்காது. பெண்கள் வாசலில் போய் அரட்டையடித்தால் உள்ளே பாத்திரங்கள் உருளும். அரட்டையடிக்காதே என்று நேரிடையாகச் சொல்ல மாட்டார். அவர்களாக புரிந்துகொண்டு உள்ளே வர வேண்டும். அதற்கென்று சதாசர்வகாலமும் கோபரூபமாய் இருப்பார் என்று நினைத்துவிடக் கூடாது. சிரித்துப் பேச ஆரம்பித்தார் என்றால் அப்படி ஒரு ஜோக்கடித்துப் பேசுவார். தன் பழங்கதைகளை எல்லாம் அள்ளி விடுவார். திருவிதாங்கூர் சமஸ்தானத்தில் உத்யோகம் பார்த்த தன் தாத்தா, அப்பாவில் ஆரம்பித்து தான் குடுமியை அறுத்தெறிந்துவிட்டு தன் அப்பாவுக்கு முன்னால் வர பயந்து இரண்டு நாள் மறைந்திருந்ததைப் பற்றி, அத்தை அவருக்கு ரகசியமாய் சாப்பாடு போட்ட கதையை, ஆற்றங்கரை ஈர மணலில் குழி தோண்டி அதில் சிநேகிதனை உட்கார வைத்து, கழுத்துவரை மூடி, ஈரமணல் இறுகிப்போய், தன்னை எல்லோரும் அடிக்க வந்ததைப் பற்றி,

பாட்டி குளிக்கப் போன நேரத்தில், வீட்டுக்கு விலக்காயிருந்த புதுப் பெண்டாட்டிக்கு அவசர அவசரமாய் இட்டிலி வார்த்துக் கொடுத்து மொத்த மாவையும் சேஷமாக்கி பாட்டியை பட்டினி போட்ட கதையை, கல்யாணமான புதுசில் மரப்பாச்சி போலிருந்த அம்மாவை அள்ளி பஸ்ஸின் ஜன்னல் வழியே உள்ளே இறக்கியதை, என்று சிரிக்க சிரிக்கச் சொல்லுவார்.

அவரோடு சேர்ந்து அத்தையும் இடை இடையில் ஏதாவது சொல்ல குடும்பம் மொத்தமும் சுவாரசியமாய் கதை கேட்கும். சிரித்து சிரித்து வயிறு புண்ணாகும். அப்பாவுக்கு சொந்த ஊர் கேரளா பக்கத்தில் ஒரு கிராமம். கற்பாறை பகவதிதான் குலதெய்வம். எனவே சக்கை வறுவலும், நேந்திரங்காய் வறுவலும், நேந்திரம்பழ புழுக்கும் இலையடையும் அப்போதெல்லாம் அடிக்கடி தாராளமாக செய்து சாப்பிடுவதைப் பற்றி அவர் சொல்ல, கேட்கிறவர்களுக்கு நாக்கில் எச்சில் ஊறும். அரை சக்கரம் கொடுத்தா இவ்ளோ பெரிய சக்கப்பழம் கிடைக்கும். ரெண்டுதார் நேந்திரம்பழம் கிடைக்கும். ஒரு சக்கரம் கொடுத்தா ஒரு டின் வெளிச்செண்ணெய் (தேங்காய் எண்ணெய்) கிடைக்கும் என்று அவர் சொல்லும்போது அந்தக்கால செழுமையையும் விலைகளையும் நினைத்து மனசு பிரமித்துப் போகும்.

"ஆதிகேஸ்வரர் கோயில்ல அத்தனாம் பெரிய பிரகாரம் முழுக்க தலைவாழை இலை போட்டு அன்னதானம் நடக்கும். நாலு பந்தி அஞ்சு பந்தி சாப்டுவா. ஊர் முழுக்க கோவில்லதான் சாப்டும். சாப்பாடுன்னா இப்பொ மாதிரியா? தும்பைப்பூ மாதிரி வெள்ளை வெளேர்னு, கமகமன்னு மணக்கும் சாதம். கரண்டியெல்லாம் கிடையாது. பெரிய பெரிய குண்டான்ல தள்ளிண்டு வந்து முறத்தாலதான் எடுத்து இலை நிறைய போடுவா. அதுக்குன்னு பெரிய பெரிய எவர்சில்வர் முறம் இருக்கும். சாம்பாரும் கூட்டும் எட்டூருக்கு மணக்கும். தேங்காயில்லாம சமையலே கிடையாது. கள்ளிச்சொட்டு மாதிரி மோர் கரைச்சு வெச்சிருப்பா. பெரிசா நேந்திரம்

பழமோ, செவ்வாழையோ கட்டாயம் இலையில் போட்ருவா. அன்னதானத்துக்குன்னு திருவிதாங்கூர் சமஸ்தானத்துலேர்ந்து கொள்ளை கொள்ளையா பணமும் சாமானும் நெல் மூட்டையுமா வந்து சேர்ந்துடும். கோயில் பணமாச்சே, கை வைக்க யாரும் பயப்படுவா. அதனால வஞ்சனையில்லாம அன்னதானம் ஒழுங்கா நடக்கும். ஆதிகேஸ்வரரோட விஸ்வரூப சயனத்தை மூணு வாசல் வழியாவும் பார்த்த பிறகு யாருக்காவது தப்பு பண்ணத் தோணுமோ?''

போன வருடம் ஆதிகேஸ்வரர் கோயிலில் ஸ்வாமியின் ஆபரணங்களும் தங்கக் கவசமும் கொஞ்சம் கொஞ்சமாய் கொள்ளையடிக்கப்பட்ட செய்தியை பேப்பரில் படித்ததும் அப்பாவுக்கு பயங்கர அதிர்ச்சி. அப்போது சொன்னதுதான் மேற்கூறியவை எல்லாம். அவருடைய பிள்ளைப்பிராயம் முழுக்க ஆதிகேஸ்வரர் கோயில் சாப்பாட்டிலும் அதைச் சுற்றி விளையாடியும்தான் கழிந்தது. பிழைப்புக்காக சிறு வயதிலேயே பட்டணத்துக்கு வரவேண்டியிருந்ததே தவிர அவர் முழுக்க முழுக்க நேசித்தது தன் கிராமத்தையும் கோயிலையும்தான். "அவளோ பெரிசா படுத்துண்ருக்கற பெருமாளைப் பார்த்தாலே மேனி நடுங்கி என்னமோ செய்யுமே! எப்டி கொள்ளையடிக்கத் தைரியம் வந்தது!'' என்று உருகிப் போவார் அவர். "தெய்வம் பார்த்துண்ருக்குன்னு தெரியலையா அவாளுக்கு? அல்லது அதை வெறும் கல்லுதானேன்னு அலட்சியமா நினைச்சுட்டாளா?'' வெகுநாள் மாய்ந்து போனார் அப்பா.

இப்படியெல்லாம் இனிமையாக பேசத் தெரிந்தவருக்கு கோபம் வரும்போது தான் வீடு தாங்காது. மிக மிக அமைதியாகி விடும். யாரும் சத்தம் போட்டுக்கூட பேசமாட்டார்கள். சைகை பாஷைதான். கூடத்தில் கால் நீட்டி வாசற்படியில் தலைவைத்துப் படுத்திருப்பவரைக் கடந்து அந்தப் பக்கம் இந்தப் பக்கம் செல்லவே நடுங்குவார்கள்.

மிஞ்சிப்போனால் ஒருநாள் இரண்டு நாள் உம்மென்றிருப்பார். பிறகு பழையபடி கலகலப்பு வந்து விடும். வேலையில்லாத நாட்களில் தானே விதவிதமாய் சமைப்பார். தயிர் வடை போடுவார். போளி தட்டிக் கொடுப்பார். பழங்கள் வாங்கி வந்து ஃப்ரூட் சாலட் பண்ணுவார். தக்காளி சூப் பண்ணி வறுத்த பிரெட் துண்டுகளை மிதக்கவிட்டு ஆசையாக எல்லோருக்கும் கொடுத்து அவர்கள் முகத்தை ஆவலோடு பார்ப்பார். சூப்பர் என்று சொன்னால் குழந்தை மாதிரி முகம் மலர்வார். அப்படிப்பட்டவர் இப்போது கோபமாயிருப்பதன் காரணம் புரியாமல் எல்லோருக்குமே குழப்பமாயிருந்தது. ஜீராவில் முக்கிய ஜாங்கிரியின் எண்ணிக்கை கூடியது. அவர் ஜாங்கிரி பிழியும் அழகுக்கு ஈடு இணையே கிடையாது. அத்தனை லாகவமாகவும் வேகமாகவும் ஜாங்கிரி பிழிய அவரால் மட்டும்தான் முடியும். ஜாங்கிரி என்றில்லை அவர் எது செய்தாலுமே தனி சுவையும் அழகும் நிறைந்திருக்கும் அந்த கைகளில் அப்படி ஒரு பக்குவமும் கலையம்சமும் உண்டு.

ஜாங்கிரியோடு அன்றைய வேலை முடிய அம்மா அடுக்களையை சுத்தம் செய்தாள். அவர் குளித்துவிட்டு வந்து கூடத்தில் கால் நீட்டி படுத்தார்.

கற்பகம் ஸ்வாமி படம் ஒன்று பெயிண்ட் பண்ணிக் கொண்டிருந்தாள். ஒரு முழு டிராயிங்ஷீட்டில் கும்பகோணம் ராமர் குடும்பத்தோடு எழுந்தருளியிருந்தார். தத்ரூபமான ஓவியம். எந்தவிதப் பயிற்சியும் இல்லாமல் தானாகவே கற்றுக்கொண்டு அவள் ஓவியம் வரைவதில், அப்பாவுக்கு அளவு கடந்த பெருமை உண்டு. ஓவியம் வளர வளர, குனிந்து நின்று உற்றுப் பார்த்துவிட்டுப், போவார் இன்று கிட்டேகூட வராதது கற்பகத்திற்கு என்னமோபோல் இருந்தது. ஓவியம் வரைவதை நிறுத்தி, அதை மேலே பத்திரமாக எடுத்து வைத்துவிட்டு அப்பாவுக்கு டீ போட்டுக் கொண்டு வந்தாள். ஜாங்கிரி ஆர்டர் கொடுத்தவர்கள் அதை எடுத்துப்போக எவர்ஸில்வர் தூக்கோடு

வந்தார்கள். அப்பா டீயோடு உள்ளே போக அம்மா ஜாங்கிரியை தூக்கில் அடுக்கி மூடினாள். அவர்கள் ஒரு ஜாங்கிரியைப் பிட்டு ஆளுக்குபாதி சாப்பிட்டு விட்டு ஆஹா ஓஹோ என்றனர். "உங்க கை வாசனையே தனி மாமா. இதுக்காகத்தான் அண்ணா நகர்லேர்ந்து பெட்ரோலைப் போட்டுண்டு இங்கே வரோம். எங்க சம்பந்தியாத்துக்காரா இதைத் தின்னா வாங்கின வரதட்சணையைத் திருப்பிக் கொடுத்தாலும் கொடுத்துடுவான்னு தோண்றது."

அப்பாவின் முகத்தில் மெல்ல புன்சிரிப்புப் படர்ந்தது. ஒரு சின்ன விஷயம் என்றாலும் அதற்குரிய பணத்தைவிட பாராட்டுதான் அவருக்கு பெரிய விஷயம். அவர்கள் போனதும் அப்பா பணத்தை பீரோவில் வைத்துவிட்டு களுக்கென்று சிரிக்க அம்மாவும் தொடர்ந்து சிரித்தாள். ஒரு நிமிடத்தில் வீட்டின் இறுக்கம் குறைந்து விட்டது.

"வரதட்சணை பணத்தை, ஜாங்கிரி சாப்ட்டுட்டு திருப்பி தந்துடுவாளாம்! இது தெரிஞ்சிருந்தா இவா மாமியார்க்கும் அம்பது ஜாங்கிரி எடுத்துண்டு போயிருப்பேன். அட்லீஸ்ட் கூட மூவாயிரம் வேணும்னாவது கேக்காம இருந்திருப்பாளே."

அம்மா அதிர்ந்து போனாள். "கூட மூவாயிரம் கேட்டாளா? எப்பொ...? அதான் கோவமா இருந்தேளா?"

"செருப்பு சைஸ் கேக்க போயிருந்தேன். யாரோ குருமாமியாம். அவாத்துக்கு இழுத்துண்டு போனா இவா மாமியார். வீட்டுக்குள்ளேயே காமாட்சி விக்ரகத்தை மண்டபம் கட்டி வெச்சுண்டு ஊர்ல இருக்கற எல்லாரையும் கூப்ட்டு வெச்சுண்டு பூஜை கீஜைன்னு ஒரே ஆர்ப்பாட்டம், அந்த மாமி. காமாட்சி வந்து சர்க்கரை பொங்கல் சாப்ட்டாளாம். கை அடையாளம் தெரியறதாம். அவ பேரன் எடுத்து சாப்டதை நா பார்த்துண்டேதான் இருந்தேன். அவாவா கோயிலுக்கு நேர்த்திக்கடன் செலுத்தறாப் போல இவாத்து காமாட்சி அம்மனுக்குப் பட்டுப்பாவாடையும், தங்க நகையும்,

காதுத்தோடும், மூக்குத்தியும், வெள்ளி விளக்கும், பூஜை சாமானுமா வாங்கிக்கொண்டு வந்து வெச்சிருக்கா. சாமி பேரை சொல்லிண்டு இந்த மாமி கொள்ளை அடிச்சுண்ருக்கா. கட்டி வெச்சு உதைக்கணும்போல இருந்தது. இவா மாமியார் ரொம்ப சாதுவாம். வெகுளியாம். எதுவும் கேக்கத் தெரியாதாம். அதனால கூட மூவாயிரம் வரதட்சணை மட்டும் கொடுத்திடுங்கோ. அஞ்சாயிரத்துல என்ன செய்வான்னு கேக்கறா. அது மட்டுமில்ல அவ சொல்லாம இவாத்துல ஒரு துரும்பும் அசையாதாம். மூவாயிரம் குடுக்கலன்னா கல்யாணமே நின்னுடும்னு பயமுறுத்தறா போல இருக்கு.''

அம்மாவின் முகம் வெளுத்தது. ''பேசாம கொடுத்து தொலைச்சுடுங்கோ! இவ்ளோக்கப்பறம் எவளோ ஒருத்தியால கல்யாணம் நின்னா நமக்குதான் அசிங்கம். மூவாயிரம்தானே, போனாப் போகட்டும்!''

''வேணாம்ப்பா, நீ குடுக்க வேண்டாம். கல்யாணம் நின்னா நிக்கட்டும். டௌரி கேட்டான்னு போலீஸ்ல சொல்லி உள்ள தள்ளுவோம். அப்பதான் உறைக்கும்.'' கற்பகம் படபடத்தாள்.

''நீ சும்மா இருடி.'' அம்மா அவளை அதட்டி அடக்கினாள்.

''தொட்டு தொட்டு இப்டி கேக்கறவாளை நம்பி எப்டிடி இவளை அங்க அனுப்பறது?'' அப்பா கவலைப்பட்டார்.

''அதானே நிச்சயதார்த்தத்துக்குப் பிறகு இப்டி கூசாம மூவாயிரம் ஜாஸ்தி கேட்க வெட்கமால்ல அவாளுக்கு!''

''எல்லாம் அந்த குருமாமி யோசனையாதான் இருக்கும். நாளைக்கு எல்லா விஷயத்துலயும் அந்த மாமியோட அதிகாரம்தான் கொடிகட்டிப் பறக்கும் போல்ருக்கே! சம்பந்திக்கு பயப்படறோமோ இல்லையோ இந்த குருமாமிக்குதான் சம்பந்தியாட்டம் பயப்படணுமோ என்னமோ'' அம்மா கவலைப்பட்டாள்.

"இப்ப என்ன செய்யலாம். முடியாதுன்னு சொல்லிட்டு வந்துடவா? அப்டி நிறுத்திடுவாளான்ன கல்யாணத்தை? நிறுத்தினா சும்மாதான் விட்ருவேனா?"

"எதுக்கு பிரச்சனை பண்ணணும்?. அவாவா பாவம் அவாவாளுக்கு குடுத்துத் தொலைங்கோ."

மறுநாள் அவர் போன நேரம் கற்பகத்தின் மாமனார் மாமியார் இருவரும் வீட்டில் இல்லை. வீடு பூட்டியிருந்தது. பக்கத்து போர்ஷன் மாமியிடம் விசாரித்தார்.

"அவா குருமாமியாத்து பூஜைக்குத்தான் போயிருக்கா. அங்க போனா பார்க்கலாமே."

"எப்பொ வருவா?"

"ஒரு மணியாகும். நா வேணா ஆள் அனுப்பி வரச் சொல்லவா?"

"தயவுசெய்து அப்டியே செய்ங்கோ."

மாமி தன் கடைக்குட்டியை அனுப்பினாள். அது போன வேகத்தில் திரும்பி வந்தது.

"மாமா, உங்களை அங்க வரச்சொல்றா" என்றது. சங்கரன் கோபத்தை அடக்கிக் கொண்டு நடந்தார்.

"வாங்கோ" கற்பகத்தின் மாமியார் வரவேற்றாள். "நைவேத்திய நேரம். அதான் இங்கயே வரச் சொன்னேன். உட்காருங்கோ".

மறுபடியும் அதே வீடு. அதே முட்டாள் பக்தர்கள். அதே சர்க்கரைப் பொங்கல். அப்பாவுக்கு எரிச்சலிலும் சிரிப்பு வந்தது. நைவேத்தியம் முடிந்து எல்லோரும் விழுந்தடித்துக் கொண்டு சர்க்கரைப் பொங்கலின் மேற்பரப்பை பார்த்தார்கள்.

"இன்னிக்கு கை அடையாளம் தெரியலையே" யாரோ சொன்னார்கள்.

''காமேஸ்வரிக்கு பசிக்கலையோ என்னமோ'' யாரோ பதில் சொன்னார்கள் அதற்கு.

குருமாமி சிரித்தாள். ''ராத்திரி நடந்ததைச் சொல்லுடி, கௌசல்யா'' என்று மாட்டுப்பெண்ணை அழைத்தாள். கௌசல்யா என்ற அவள் மாட்டுப்பெண் முன்னால் வந்தாள்.

''ராத்திரி அம்பாளுக்கு பாலும் ரஸ்தாளிப்பழமும்தான் நைவேத்யம். அம்பாளுக்கு முன்னாடி ஒரு கப்புல பாலும் ஒரு சீப்பு ரஸ்தாளியும் வெச்சுட்டு எல்லோரும் படுத்துண்டாச்சு. பாதி ராத்திரி சர்சர்ருனு ஏதோ சத்தம். எழுந்து பார்க்கட்டுமான்னு கேட்டேன் எங்க மாமியார்கிட்ட. மாமியார் வேண்டாம்னுட்டா. இது அம்பாள் உலாத்தற நேரம். அவளை டிஸ்டர்ப் பண்ணப்படாதுன்னுட்டா. அப்புறம் காலம்பற பார்த்தா நாலஞ்சு ரஸ்தாளி பழத்துல யாரோ வாய் வெச்சு கடிச்சாப்போல அடையாளம். கிண்ணத்துல பாலும் குறைஞ்சிருந்தது.''

''ஆஹா...! ஆஹா...! கேக்கவே உடம்பெல்லாம் புல்லரிக்கறதே...!''

''ராத்திரி ரஸ்தாளி தின்னா காலம்பற எப்டி பசிக்கும்? அதான் இன்னிக்கு பொங்கல்ல கை வைக்கல அவ.''

வாத்துக் கூட்டம் சிலிர்த்தது.

''மாமி எங்காத்துல பௌர்ணமியன்னிக்கு பூஜை வெச்சிருக்கேன். நீங்க ஒரு வினாடி வந்து நின்னா போதும். உங்க பாதம் பட்டாலே அம்பாள் வந்துட்டு போனா மாதிரி.''

''ஆகட்டும் வரேன். ஆனா எங்காத்து காமாட்சிக்கு நீ என்ன செய்வ சொல்லு?''

''என்ன வேணும் மாமி?''

''நீ மட்டும் ஜொலிக்க ஜொலிக்க எட்டுக்கல் வைர பேசரி போட்டுண்டுருக்கயே அவளுக்கு மூணுகல்லாவது வேண்டாமா?''

"ஆஹா...! அம்பாளே கேட்டப்பறம் மறுக்க முடியுமா? நாளைக்கே முக்குட்டிக்கு ஆர்டர் கொடுத்துடறேன்."

"ரொம்ப சந்தோஷம். ஏதோ உங்களை மாதிரி நல்ல மனசுகள் இருக்கறதாலதான் எங்காத்து காமாட்சி நகையும் நட்டுமா ஜொலிக்கறா." குருமாமி எல்லோருக்கும் வெற்றிலைப் பாக்கில் முழு தேங்காய் வைத்துக் கொடுத்தாள். மாட்டுப்பெண் தொன்னையில் சர்க்கரைப் பொங்கல் போட்டுக் கொடுத்தாள். வாங்கி கண்ணில் ஒற்றிக்கொண்டு போனது வாத்துக் கூட்டம். கூடம் காலியாயிற்று.

"சொல்லுங்கோ, என்ன முடிவு பண்ணினேள்?" குருமாமி அவரிடம் கேட்டாள்.

"நீங்க இப்படி திடுதிப்புனு கேட்டது எனக்கு பிடிக்கலதான். இருந்தாலும் ஆத்துல பொம்மனாட்டிகள் சொன்னதால பணம் கொண்டு வந்திருக்கேன்." அப்பா ரூபாயை சம்பந்தி பிராமணரிடம் நீட்ட அதற்குள் கற்பகத்தின் மாமியார் குறுக்கிட்டாள். "குருமாமிட்டயே கொடுத்துடுங்கோ, மாமி ரொம்ப கைராசி."

அப்பாவுக்கு கோபம் எல்லை தாண்டியது. சம்பந்தி மாமியை முறைத்துவிட்டுச் சொன்னார்.

"தோ பாருங்கோ மாமி. நீங்கதான் எனக்கு சம்பந்தி! இந்த மாமி இல்ல. இந்த வீட்டுக்கு சும்மா என்னை கூப்ட்டு தொந்தரவு பண்ண வேண்டாம். உங்களுக்கு இவர் குருமாமியா இருந்தா ஓசத்தியா வெச்சுக்கோங்கோ, வேண்டாம்னு சொல்லல. ஆனா எனக்கும் இவாளுக்கும் என்ன சம்பந்தம்னு சும்மா என்னை இங்க இங்க அழச்சுண்டு வரேள்?"

சங்கரன் வெடுக்கென்று பேச குருமாமியின் முகம் சுருங்கி விட்டது. சம்பந்தி மாமி பதறினாள்.

"அப்டி சொல்லாதீங்கோ. மாமியைப் பத்தி உங்களுக்கு தெரியாது. மாமி சாதாரண மனுஷியில்ல. அம்பாளே இங்கதான் குடியிருக்கா. இது சாதாரண வீடில்ல. கோயில் மாதிரி."

"போதும் மாமி. எனக்கு இந்த மாதிரி கோயில் எல்லாம் தேவையில்ல. எதார்ந்தாலும் நா நேரடியா தெய்வத்துகிட்டயே போய் வேண்டிப்பேன். எனக்கு நடுல குருவெல்லாம் தேவையே இல்ல. தெய்வம் என்னை நன்னாதான் வெச்சிருக்கு. சர்க்கரைப் பொங்கல்ல எங்காத்துலயும் கை அடையாளம் இருக்கும். வேணும்னா வந்து பாருங்கோ. ரஸ்தாளிப்பழம் எங்காத்து சாமியும் சாப்டும். ஏன்னா பேரன் பேத்தியும், சுண்டெலிக் கூட்டமும் எங்காத்துலயும் உண்டு. அம்பாள் கைய வெச்சான்னு ஊரை ஏமாத்தி பிழைக்கலாம் எனக்கு தெரியாது. நா நெருப்புக்குக் கீழ வேகறவன். உழைச்சு சம்பாதிச்சுதான் மூணு பெண்ணுக்கு கல்யாணம் பண்றேன். உண்டில் வெச்சில்ல! மகா பெரியவா பேரைச் சொல்லிண்டு, கூட மூவாயிரம் வரதட்சணை கேட்கறதுக்கு உங்களுக்கு நாக்கு கூசல? பெரியவர் வரதட்சணையே வாங்கப்படாதுன்னு இல்ல சொல்லியிருக்கார்! கூட மூவாயிரம் அவரா கேக்கச் சொன்னார்? ஜாண் அகலத்துக்கு ஜரிகை போட்ட பட்டுப் புடவை, வாய்க்கூசாம வரதட்சணை! வெட்கமோ மனசாட்சியோ இல்லாம பத்திரிகைல பெரியவா துணை! எதுக்கு இப்டி ஊரை ஏமாத்தறேள்? இதைவிட பிச்சை எடுத்து பிழைக்கலாம்."

அப்பா நேரடியாகவே குருமாமியை கை நீட்டி படபடவென்று தன் ஆத்திரம் தீரப் பேச அவர்கள் வாயடைத்துப்போனார்கள்.

கொண்டு வந்த ரூபாயை சம்பந்தி பிராமணரின் மடியில் வைத்துவிட்டு அப்பா புறப்பட்டார்.

"நா பேசினதுக்காக ஆத்திரப்பட்டு கல்யாணத்தை நிறுத்தணும் கிறுத்தணும்னு ஏதாவது முடிவு பண்ணினேள்... தொலைச்சு கட்டிடுவேன். அடுத்தாப்போல இந்த காமாட்சி சென்ட்ரல் ஜெயில்லதான் இருப்பா. ஜாக்ரதை. பெண்ணைப் பெத்தவன்னா இளிச்சவாயன்னா நினைச்சுட்டேள்? உங்களுக்கு பயந்துண்டு நா ரூபாயைத் தூக்கிண்டு ஓடி வரல.

எங்கிட்ட இருக்கு கொடுக்கறேன். உழைச்சு சம்பாதிக்கற வலு எங்கிட்ட நிறையவே இருக்கு. உழைச்சு கொடுக்கறது தப்பில்ல. உழைச்ச காசை பிடுங்கறதுதான் தப்பு. நீங்க இவளோ மோசம்னு முன்னாலயே தெரிஞ்சிருந்தா நிச்சயமே பண்ணியிருக்கமாட்டேன். என்ன செய்ய... இனிமே நிறுத்தினா அனாவசியமா சின்னஞ்சிறிசுகளுக்கு கஷ்டமாச்சேன்னுதான் போனாப் போகட்டும்னு கொடுக்கறேன். இதுவே முதலும் கடசியுமா இருக்கட்டும். இனிமே தொட்டு தொட்டு கேக்கற வேலை வேண்டாம். சொல்லிட்டேன். கேட்டாலும் கொடுக்க மாட்டேன்.''

அப்பா விறுவிறுவென்று திரும்பிப் பார்க்காமல் வெளியேறினார்.

''என்னடி லக்ஷ்மி, உன் சம்பந்தி இப்டி பொரிஞ்சுட்டுப் போறார்.! பெண்ணைப் பெத்தாப்பலயே பேசமாட்டேங்கறார்! என்னை ஏமாத்துக்காரின்னு இல்ல சொல்லிட்டுப் போறார்...? அந்த காமேஸ்வரிக்கு பொறுக்குமா? இது அவளை கேவலப்படுத்தற மாதிரி துடிச்சில்ல போவா. அவ சும்மார்க்கமாட்டா பார். என்னை ஏமாத்துக்காரின்னு சொன்னா நாக்கு இழுத்துக்கறதா இல்லையான்னு பார்! கண்டிப்பா இழுத்துக்கும்!''

''அவருக்காக நான் மன்னிப்பு கேட்டுக்கறேன் மாமி! நீங்க வேதனைப்படாதீங்கோ.''

''இந்த சம்பந்தத்தை எங்கேர்ந்துடி புடிச்ச நீ? மனுஷன் விஸ்வாமித்திர அவதாரமான்னா இருக்கார்?!''

''கோபக்காரர்னுதான் நானும் கேள்விப்பட்டேன். ஆனா இப்டி வரும்னு யார் கண்டா? எம் பிள்ளைக்கு இந்த பெண்ணைத்தான் ரொம்ப பிடிச்சிருக்கு. வேற ஒரு பெண்ணை பார்க்க வரமாட்டேன்னுட்டானே, இவளைப் பார்த்ததும்... என்ன செய்ய?''

"ஒண்ணும் செய்ய வேண்டாம். பேஷா கல்யாணம் பண்ணு. ஆனா நா வரமாட்டேன்."

"அப்டி சொல்லப்படாது மாமி. நீங்க இல்லாம எங்காத்துல ஒரு விசேஷம் நடந்ததில்லையே...!"

"இத்தனை பேசிட்டு போற மனுஷன் முன்னால எப்டி வரச் சொல்ற என்னை?"

"அதெல்லாம் சரியாப் போய்டும் மாமி. அவரே மன்னிப்பு கேட்பார் பாருங்கோ. சாயங்காலம் புடவை எடுக்க போகலாம்னு சொல்லியிருக்கான் பிள்ளை. ஆட்டோலதான் போறோம். நீங்களும் வரணும்."

"எல்லோரும் ஏன் என்னை கஷ்டப்படுத்தறேள்? போன வாரம் ஷிப்புல வேலை செய்யறானே சிவராமன் அவம்பொண்ணுக்கு கல்யாணம்னு புடவை எடுக்க இழுத்துண்டு போனா. போன இடத்துல வேணாம் வேணாங்கறேன். பேசப்படாது மாமின்னு ரெண்டாயிரம் ரூபாய்க்கு எனக்கு புடவை எடுத்து தரான். கேட்டாதானே?"

"எம்பிள்ளையும் உங்களுக்கு புடவை எடுக்கணும்னு சொல்லிண்ருக்கான். அதான் உங்களையும் வரச் சொல்றேன். பிடிச்சாப்போல எடுத்துக்கலாமே."

"என்னமோ போ... விட்டாதானே என்னை...? சரி வரேன். ஆனா இந்த பிராமணன் கத்திட்டு போனதை எல்லாம் உம்பிள்ளைகிட்ட சொல்லிக்க வேண்டாம். தெரிஞ்சுதா?"

குருமாமி அவர்களை அனுப்பி வைத்தாள்.

❋❋❋

ஆரம்பத்தில் முன்னே பின்னே இருந்தாலும் சம்பந்தி வீட்டுக்காரர்கள் கல்யாணத்தில் எந்த கலாட்டாவும் செய்யவில்லை. குருமாமிகூட அடங்கியே இருந்தாள். சங்கரனின் எதிரில்கூட வரவில்லை.

முகூர்த்தத் தேங்காய் விஷயத்தில்தான் அப்பாவை மிகவும் படுத்தி விட்டார்கள் அவர்கள். தூரத்து உறவு, உறவுக்கு உறவு என்று வந்திருந்த தங்கள் பக்கத்து மனிதர்கள் எல்லோருக்கும் வெற்றிலை பாக்குடன் முகூர்த்தத் தேங்காய் வைத்துக் கொடுக்க தேங்காய் கேட்க, தேங்காய் கொடுத்துக் கொடுத்து மாளவில்லை. கிட்டத்தட்ட அறுபது காய் கொடுத்த பிறகும் சம்பந்தி மாமி தேங்காய் கேட்டு அனுப்ப, இனிமே வேணும்னா அவர் கைக்காசை போட்டு தேங்காய் வாங்கி வெச்சுக் கொடுக்க சொல்லு. அப்பா சத்தமாகவே கத்த, வந்தவர் சத்தம் போடாமல் நகர்ந்து விட்டார்.

"பெண்ணாத்துலேர்ந்து பிடுங்கி இவா என்ன பெருமையா வெச்சுக் கொடுக்கறது? பிறத்தியார் காசுன்னா தேங்காய் என்ன தென்னந்தோப்பே வெச்சு கொடுப்பா. தன் காசுன்னா கொட்டை பாக்குக்குகூட மனசு வராது." அப்பா முணுமுணுத்தார்.

கற்பகத்தின் மாமியார்தான் இப்படி இருந்தாளே தவிர, அவள் தங்கையும் தங்கை கணவரும் மிகவும் பரந்த

மனசுள்ளவர்களாகவும் கலகலப்பாகவும் இருந்தனர்.'' நான் உங்க சம்பந்தியோட ஷட்டகராக்கும். பாலக்காட்டுல இருக்கோம். நேக்கும் என் ஆம்படையாளுக்கும் டெலிபோன்ஸ்லயாக்கும் வேலை கேட்டேளா...''

அவர் தன்னை அறிமுகப்படுத்திக் கொண்டதும் அப்பா சட்டென்று கையிலிருந்த சிகரெட்டை மறைத்துக் கொண்டார்.

''யேய்...! நானும் சிகரெட் வலிப்பேன். என்னத்துக்கு கூச்சம்...? இந்தாரும். பயப்படாம பிடியும்!'' சித்தப்பா தானும் சிகரெட் பற்ற வைத்துக்கொண்டு சங்கரனுக்கும் ஒன்று பற்ற வைத்துக் கொடுத்தார்.

''கல்யாணமெல்லாம் ஜமாய்ச்சுட்டேள்... பணத்தை தண்ணியா கொட்டி இப்டியெல்லாம் யார் செய்யறா? என்னைக் கேட்டா இந்த ஆடம்பரமெல்லாம் அனாவசியம்பேன். இதைக் குறைச்சுட்டு பொண்ணு பேர்ல ஒரு தொகை போட்டு வெச்சா பின்னாடி எவ்வளவு உபயோகமா இருக்கும் அவாளுக்கு! நீங்க கஷ்டப்பட்டு சம்பாதிச்ச காசுல வடையும் பாயசுமா முழுங்கிப்ட்டு அதுல உப்பு போறலை. இதுல உறைப்பு போறலைன்னு முணுமுணுத்துண்டு போவா.''

அப்பாவுக்கு அவர் பேச்சு வாஸ்தவம் என்று தோன்றியது. அவர் பேசப் பேச சுவாரசியமாய்க் கேட்டார். சித்தப்பா சிரிக்கச் சிரிக்க பேசினார். சங்கரனும் வாய் விட்டுச் சிரித்தார்.

''எம் பொண்டாட்டி யாருன்னு கேட்கலையே, தா காட்டறேன் பாருங்கோ! டியேய் சீதை. இங்க சித்த வராயா? இவளேதான். காலம்பற அம்மி மிதிச்சு மெட்டி போடறப்பொ கற்பகவல்லி நின் பொற்பதங்கள் பிடித்தேன்னு டைமிங்கா பாட்டு பாடினாளே கேட்டேளோ...? இவதான் பாடினா. நன்னா பாடுவள். நன்னா சமைப்பள்! நன்னா சண்டை போடுவள், எங்கூட மட்டும்!''

''போறுமே''! அவர் மனைவி சிரித்தாள். அப்பாவைப் பார்த்து கை கூப்பினாள். ''சாப்பாடெல்லாம் ரொம்ப

ஜோரார்ந்துது மாமா. ஒரு குறை சொல்ல முடியாது. ரொம்ப கஷ்டப்பட்ருப்பேள் பாவம். பெண் கல்யாணம்னா சும்மாவா?''

"கஷ்டம்னு பண்ணாம இருக்க முடியுமா?''

"அதுசரி, ஆனா இனிமே உங்க பொண்ணைப்பத்தி கவலைப்பட வேண்டாம். எங்க சந்துரு அவளை பொக்கிஷம் மாதிரி பார்த்துப்பன். சந்துருவுக்கு தங்கமான குணம் மாமா. நல்லவனாக்கும்.''

மாப்பிள்ளையின் சித்தி சொல்ல சங்கரனின் முகம் மலர்ந்தது.

"பாலக்காட்டுக்கு கண்டிப்பா வாங்கோ'' சித்தப்பா விலாசம் கொடுத்து அழைத்தார்.

அப்பாவுக்கு அந்த தம்பதியை மிகவும் பிடித்துப் போய்விட்டது.

***

மறுநாள் கட்டுச் சாதக் கூடையோடு பெண்ணை அனுப்பியபோது அப்பா வாய்விட்டு அழுதார். கற்பகம் அதைவிட பெரிதாய் அழுதாள். எல்லோரைவிட அவளிடம் அவருக்கு தனி அன்பு உண்டு. அவளைப் பிரிவது அவருக்கு மிகுந்த வேதனையாக இருந்தது. ஏற்கனவே இரண்டு பேரை கல்யாணம் செய்து அனுப்பியதைவிட இது மிகுந்த வேதனையாக இருந்தது. எல்லோரும் அவரை சமாதானப்படுத்தினார்கள். கற்பகம் வேனில் ஏறிக் கொண்டாள். சீர் சாமான்கள் ஒவ்வொன்றாய் ஏற்றப்பட்டன. மாமாவும் மாமியும் அவளோடு அவளைக் கொண்டுவிட கூடவே வந்தார்கள்.

ஒண்டிக்குடித்தனங்கள் ஆறு கொண்ட மேற்கு மாம்பலத்தின் அந்த வீட்டுக்கெதிரில் வண்டி நின்றது. பெண் மாப்பிள்ளையைப் பார்க்க கூட்டம் கூடியது.

ஆரத்தி கரைத்து சுற்றி உள்ளே அழைத்தார்கள்.

ஏதோ குகையில் நுழைவது போலிருந்தது கற்பகத்திற்கு. அப்பா சொன்னது போல் வென்டிலேஷன் வசதிகூட இல்லாத இந்த சின்ன வீட்டில் எப்படி முன்பின் தெரியாதவர்களோடு இருக்கப்போகிறோம் என்று நினைத்தபோது ஏதோ வெறுமை அவளை சூழ்ந்து கொண்டது. வீட்டைச் சுற்றி கண்களை ஓட விட்டாள். எங்கு பார்த்தாலும் ஒரே சாமான் சாமான் என்று அடைசல் மயம். பெரிசு பெரிசாய் வாடகைப் பாத்திரங்களே பாதி இடத்தை அடைத்திருந்தன. அதன் இடுக்குகளில் பெரிசும் சிறிசுமாய் எலிகள் ஓடியது. கற்பகத்திற்கு எலி என்றாலே மிகவும் பயம். கற்பனையில்கூட எலியை நினைக்கப் பிடிக்காது.

"வீடு ரொம்ப சின்னதுடி கற்பகம். உன் ஆம்படையான்கிட்ட சொல்லி பெரிய வீடா பார்த்துக்கறது உன் சாமர்த்தியம்" மாமா காதருகில் முணுமுணுத்தார்.

"நீங்க எந்தூர்ல இருக்கேள்?" மாமியார் அவரை விசாரித்தாள்.

"பாண்டிச்சேரில."

"வாடகையா?"

"இல்ல சொந்த வீடுதான்."

"அப்ப சௌகர்யமாதான் இருக்கும். எங்களைச் சொல்லுங்கோ. மெட்ராஸ்ல இடுக்கு பிடிச்சாப்பலதான் எல்லா இடமும். எங்கே போனாலும் ஆனை வாடகை சொல்றா, என்ன சொல்றேள்."

"அது..."

"நாந்தான் இப்டி சின்ன இடத்துல கஷ்டப்பட்டுண்டு இருக்கேன். என் கூடப்பிறந்தவாள்ளாம் டெல்லி பம்பாய்னு சொந்த வீட்டுல இருக்கா."

"தங்கைக்கு பாலக்காட்டுல வாசலும் கொல்லையுமா பெரிய வீடு. அக்கா சித்தூர்ல வசதியா இருக்கா. இது இன்னொரு

அக்கா பம்பாய்ல இருக்கா. இவ பொண்ணை என் தம்பிக்கே கொடுத்திருக்கு. பம்பாய்ல பெரிய வீடாக்கும். என் தம்பிகள் ரெண்டு பேரும் பெரிய ஆபீஸர். லீவு கிடைக்கலன்னு கல்யாணத்துக்கு வரலை. அக்கா மட்டும்தான் வந்திருக்கா. எம்பொழப்புதான் இப்டி இடுக்கு பிடிச்சாப்போல ஆய்டுத்து."

"அதுக்கென்ன மாமி. ராஜா மாதிரி ரெண்டு பிள்ளைகள் இருக்கும்போது உங்களுக்கென்ன? ஆளுக்கொரு வீடு கட்டி உங்களை ராணி மாதிரி வெச்சுண்டுட்டு போறா!"

"என்னமோ போங்கோ, எல்லாத்துக்கும் யோகம் வேணும். என்ன சொல்றேள்."

"எல்லா யோகமும் வந்துடும் பாருங்கோ. அப்ப நாங்க புறப்படறோம். இன்னிக்கே ஊர் போயாகணும். கற்பகத்துக்கு ஒண்ணுந்தெரியாது. படிப்பு படிப்புன்னு படிப்புலதான் கவனம் அவளுக்கு. ஆத்துக் காரியம் பண்ண விட்டதில்ல என் தங்கை ரொம்ப செல்லமா வளர்ந்துட்டா. நீங்கதான் இனிமே தாயாட்டமா எல்லாம் சொல்லிக் கொடுக்கணும்."

"அந்த கவலையே உங்களுக்கு வேண்டாம்."

"டீ தங்கம், மாமிக்கு வெத்தலை சீவல் கொடு. ஒரு ரவிக்கை பிட்டும் வெச்சுக் கொடு." மாமியார் பெண்ணுக்கு கட்டளையிட்டாள். கற்பகத்தின் நாத்தனார் உள்ளிருந்து தாம்பூலத் தட்டோடு வந்தாள். அப்போதுதான் கற்பகம் தன் நாத்தனாரை நன்றாகப் பார்த்தாள். படு ஒல்லியாய் உயரமாய் கொஞ்சம்கூட படித்த களை இல்லாத பாமர முகம். பெரிய விழிகள். ஒட்டின கன்னம். தூக்கின மோவாய் எலும்புகள் என்று உர்ரென்ற முகத்தோடு மாமிக்கு தாம்பூலம் கொடுத்தவளைப் பார்த்தபோது பயமாக இருந்தது.

"எம் பொண்ணு நன்னா பாடுவா. படிப்புதான் ஏறலை! சரி ஆத்துக் காரியம் செய்யட்டுமேன்னு விட்டுட்டேன். எம் மூத்த பிள்ளையைப் பார்த்தேளா? பரம சாது. எப்பவும் பூஜை

காரியம்தான். கார்த்தாலயும் சாயங்காலமும் ரெண்டு மணிக்கு குறையாம பூஜைல உட்கார்ந்துடுவன்.''

''சின்ன வயசுல பிரெயின் டியூமர் வந்து முகம் கோணிப் போய்டுத்து. அதுக்கு முந்தி நன்னாதான் இருப்பான். ராஜாவாட்டம். அது இவனோட பெண்டாட்டி... டீச்சரார்க்கா.''

''கல்யாணமாகி ஏழு வருஷமாறது. இன்னும் குழந்தை பிறக்கல. எங்காத்து மாமாதான் இப்ப ரொம்ப தள்ளாமையாய்ட்டார். இவப்பாவை மாதிரி நன்னா உழைச்ச உடம்பாக்கும் இது. என்னை நன்னா வெச்சுண்டார். சோத்துக்கு பஞ்சம் கிடையாது.''

''நகையும் நட்டும் வெள்ளிப்பாத்திரமுமா வாங்கி போட்டார். பொண் கல்யாணத்தை எவ்ளோ செலவழிச்சு பண்ணினார் தெரியுமோ...?''

மாமா நெளிந்தார். மாமி பேசினால் விடமாட்டாள் போலிருக்கிறதே என்று எண்ணினார். 'போலாமா?' கற்பகத்தின் மாமி கேட்க, ''அப்ப கிளம்பறோம்'' என்றவர் தப்பித்தால் போதும் என்பதுபோல ஓடியே போய் விட்டார்.

அவர்களும் போன பிறகு கற்பகத்திற்கு இன்னும் பக்கென்றது. யாரோடும் பழக்கமில்லாத இடத்தில் என்ன செய்வதென்று புரியவில்லை. அப்பா யாரையும் எங்கும் அனுப்பமாட்டார். அப்படியே கண்டிப்பாகவே வளர்த்து விட்டார்.

கல்யாணத்திற்குப் பிறகுதான் அதன் கஷ்டம் புரிந்தது. உடம்பு அடித்துப் போட்டாற் போலிருக்க படுக்கவும் பயமாக இருந்தது. சந்துரு அத்திம்பேரோடு சேர்ந்து வாழ்த்துத் தந்திகளை படித்துக் கொண்டிருந்தான். ஓர்ப்படி கற்பகத்திற்கு கட்டுசாத இட்டிலி கொண்டு வந்து கொடுத்தாள்.

''வேண்டாம். பசியில்ல.''

"அட சாப்டும்மா. பசிக்கும்?"

"நீங்கள்ளாம்...?"

"இதோ, எல்லாரும்தான் சாப்டணும். நீ சாப்ட்டுட்டு அந்த ரூம்ல சித்த படுத்துக்கோ. கண்ணுல தூக்கம் சொட்டறது பார்."

அப்பாடா, இவளாவது புரிந்து கொண்டாளே என்றிருந்தது. சாப்பிட்டு விட்டு நைஸாக உள்ளறைக்குப் போனாள்.

வீட்டில் ஒரு ஃபேன் வசதி கூட இல்லாதது அவளுக்கு அதிர்ச்சியாய் இருந்தது. மாமனார் கட்டிலருகில் மட்டும் சின்னதாய் ஒரு டேபிள் ஃபேன் இருந்தது. காற்றில்லாமல் உள்ளறையில் படுக்க முடியவில்லை. சந்துருவின் ஆபீஸில் அவனுக்கு சீலிங் பேன்தான் கல்யாணப் பரிசாக வாங்கிக் கொடுத்திருந்தார்கள். அதைப் பார்த்ததும்தான் சந்தோஷம் வந்தது கற்பகத்திற்கு. அந்த சந்தோஷமும் கொஞ்ச நேரத்திற்குதான்.

உள்ளறை மிகவும் சிறியது என்பதால் அந்தப் ஃபேனை அங்கு மாட்ட சௌகர்யப்படாது என்றார் எலக்ட்ரிஷியன்.

“அப்டின்னா அதை ஹால்ல மாட்டு” என்றார் மாமனார். “டேபிள் ஃபேனை உள்ள வெச்சுடு. யாரானம் வந்தாலும் ஹால்ல ஃபேன் இருக்கறதுதானே வசதி...?”

“அதான் சரி” மாமியார் தலையாட்டி சிரித்தாள். டேபிள் ஃபேனில் சத்தம்தான் காற்றைவிட அதிகமாய் இருந்தது. அதோடு காலை நீட்டினால் டமாரென்று ஏதோ பாத்திரத்தில் இடித்தது. கையைத் தூக்கினால் தலைமாட்டிலிருந்த பெரிய அண்டாவில் மோதியது. இப்படித் திரும்பினால் பெரிசு பெரிசாய் பெட்டிகள். இந்தப் பக்கம் புருஷன் அதோடு அவன் விட்ட குறட்டை....! சுற்றிலும் ஓடிய எலிகள். கற்பகம் இரவு முழுக்க உட்கார்ந்தபடியே கழித்தாள். சத்தம் வராமல் அழுதாள். கல்யாண வாழ்க்கை மிக இனிமையாக இருக்கும் என்று அவள் நிறைய கற்பனை செய்து வைத்ததென்ன, இங்கே படும் அவதியென்ன? இதென்ன வீடு என்று தோன்றியது அவளுக்கு. அதற்கடுத்த நாள் உள்ளறையில் படுக்க மறுத்துவிட்டாள். அவள் மைத்துனரும் ஓர்ப்படியும் மொட்டை மாடியில்தான் படுத்துக்கொண்டார்கள். ‘நாமளும்

மாடிக்கு போய்விடுவோமே. இங்க எலி ரொம்ப ஓடறது, பயம்மார்க்கு' என்றாள். சந்துருவுக்கும் அந்த அறை சிரமமாகத்தான் இருந்தது. நல்ல ஆஜானுபாகுவான சரீரம் கொண்டவனால் அந்த அறையில் குறுக்கிக் கொண்டு படுக்கத்தான் முடியவில்லை. கல்யாணத்திற்கு முதல் நாள் வரை மொட்டை மாடியில்தான் படுத்துக்கொண்டிருந்தான். எனவே இயற்கைக்காற்று பழகிவிட்ட உடம்புக்கு லொடலொடத்த ஃபேன் காற்று பற்றவில்லை.

கல்யாணமான மூன்றாம் நாள் மொட்டை மாடிக்கு படுக்க வந்த தம்பதியை மொத்த குடித்தனமும் இரக்கத்தோடு பார்த்தது. காற்றுக்காக ஆறு குடித்தனமுமே மாடியில்தான் படுக்கை விரித்திருந்ததால் சந்துருவும் அவளும் தள்ளித் தள்ளியே படுத்துக் கொண்டார்கள்.

அதற்கடுத்த நாள் சந்துரு பாலக்காட்டுக்குச் செல்ல ரயில் டிக்கெட்டோடு வந்தபோது 'அப்பாடா ஒரு வாரத்திற்கு இந்த குகையிலிருந்து விடுதலை' என்றுதான் நினைத்தாள் அவள்.

“அப்பாட்ட ஒரு வார்த்தை சொல்லிண்டு போலாமா?” பிறந்த வீட்டுக்குப் போய் அனைவரையும் பார்க்கும் ஆசையில் புருஷனிடம் மெதுவாக கேட்டாள் கற்பகம்.

“போலாமே!” என்றான் அவனும்.

மாமியாருக்குப் பாம்புச் செவி.

“எங்கே?” என்றாள்.

“அவப்பாட்ட சொல்லிண்டு வரலாம்ங்கறா.”

“அதெப்டி? மறுமழைச்சு உங்களை அவா வந்து கூட்டிண்டு போகாம அவாத்துக்கு போகப்படாது.”

“அதில்ல அப்பாக்கு தெரியாதே நாங்க ஊருக்கு போறது..!”

“இங்க வந்தா நாங்க சொல்ல மாட்டோமா...?” மாமியார் தீர்மானமாகச் சொல்ல கற்பகம் வேதனையை மறைத்துக்

கொண்டாள். அரை நிமிடம்கூட அப்பா அம்மாவைப் பிரிந்ததில்லை அவள். முழுசாய் மூன்று நாளாகி விட்டது. உள்ளூரிலேயே இருந்து கொண்டு பார்க்காமல் இருப்பது கொடுமையாக இருந்தது. பாசத்தைப் புரிந்துகொள்ளாமல் சம்பிரதாயங்கள் என்ன வேண்டியிருக்கிறது! வறட்டு சம்பிரதாயங்கள்! மறு வீட்டிற்கு அழைத்துச் செல்லப்படுவதற்கு முன் பிறந்த வீட்டிற்குப் போனால் என்னவாகி விடுமாம் அப்படி!

மறுநாள் விடியற்காலையில் கோவை எக்ஸ்பிரஸில் ஓடிச்சென்று ஏறியபோது ஏனோ தேனிலவுக்கு போவது போலவே இல்லை அவளுக்கு. அப்பா முகம்தான் ரயிலோடு கூட வந்தது. இந்நேரம் அவரும் அவளைப் பார்க்கத் துடித்துக் கொண்டுதானிருப்பார். நாள் பார்த்துக் கொண்டு மறுவீடு அழைக்க அவர் வரும் நேரம் அவள் ஊரில் இல்லாதது கண்டு வாடி விடுவார். தன்னிடம் சொல்லிக்கொள்ளக்கூட இல்லையே என்று உள்ளூர வருந்துவார். கற்பகத்திற்கு அழுகை வந்தது. அடக்கிக் கொண்டாள்.

அவள் நினைத்தது போல்தான் ஆயிற்று அதற்கடுத்த நாள் பெண்ணையும் மாப்பிள்ளையையும் மறுவீடுக்கு அழைக்க சம்பந்தியின் வீட்டுக்கு வந்த சங்கரனிடம் அவர்கள் பாலக்காட்டுக்கு போயிருக்கும் விஷயம் தெரிவிக்கப்பட்டபோது அவர் திகைத்துப் போனார். பெண்ணைப் பார்க்க முடியவில்லையே என்ற நினைப்பில் முகம் வாடிப் போயிற்று. ஒரு வார்த்தை சொல்லிண்டுகூடப் போகலையே! வாய்விட்டு தன் வருத்தத்தை கூறிவிட்டார் அவர்.

"எம்பிள்ளை சொல்லிக்கதான் புறப்பட்டான். நாங்கதான் கூப்டாம போகப்படாதுன்னுட்டோம். அதுக்கென்ன, ஒரு வாரம்தானே, வந்துடுவா. வந்ததும் அனுப்பி வெக்கறோம்."

அப்பா தான் கையோடு கொண்டு வந்திருந்த கல்யாண ஆல்பத்தைக்கூட அவர்களிடம் காட்டாமல் கிளம்பி விட்டார். இவர்கள் என்றில்லை யாரிடமுமே அதை இன்னும்

காட்டவில்லை. பெண்தான் முதலில் பார்க்க வேண்டும் என்று ஆசையோடு எடுத்து வந்தவருக்கு அவள் இல்லை என்றதும் யாரிடமுமே அதைக் காட்டப் பிடிக்கவில்லை. அப்படியே பீரோவில் பத்திரமாக வைத்து விட்டார்.

மூன்றாவது நாளே ஹனிமூன் கசந்தது. யாரையும் பார்க்காமல் வெறிபிடுங்கியது கற்பகத்திற்கு. முகத்தில் சுத்தமாய் சிரிப்பில்லை. பாலக்காட்டில் சித்தப்பா வீட்டில் தான் தங்கியிருந்தார்கள். சித்தி மிகவும் அன்பாய்ப் பேசினாள். நிறைய புத்திமதிகள் சொன்னாள். அவள் திறமைகளை மனம் விட்டு பாராட்டினாள். தினுசு தினுசாய் சமைத்துப் போட்டாள். ஐஸ்க்ரீம் செய்து கொடுத்தாள். நேந்திரங்காய் சிப்ஸும் சக்கை வறுவலும் வாங்கி வந்து தாராளமாக தின்ன கொடுத்தாள். சக்கை வரட்டி செய்து இலையடை பண்ணிக் கொடுத்தாள்.

நடுவில் ஒரு நாள் குருவாயூருக்கு போனார்கள். கற்பகத்திற்கு குருவாயூரப்பன்தான் இஷ்ட தெய்வம். அப்பா அடிக்கடி குருவாயூருக்கு குடும்பத்தோடு வருவார். கோயிலிலும் அப்பா ஞாபகம்தான் வந்தது. கூடவே அழுகையும் வந்தது. அடக்க முடியாமல் அன்றிரவு அவள் அழ சந்துரு பதறிப்போனான்.

"ஊருக்குப் போய்டலாம். எனக்கு எங்கப்பா அம்மாவைப் பார்க்கணும்."

"இன்னும் ரெண்டு நாள் இருக்கே."

"போதும். உடனே போய்டலாம்." அவள் பிடிவாதம் பிடித்தாள். குருவாயூரிலிருந்து பாலக்காடு வந்ததும் உடனே ஊருக்குப் புறப்பட்டு விட்டார்கள்.

"உங்காத்துக்கு போய்ட்டா என்னை எங்காத்துக்கு போக விடமாட்டா. முதல்ல மைலாப்பூர் போய் அப்பாவைப் பார்த்துட்டே போய்டலாமா?"

சந்துரு யோசித்தான்.

''பயமார்ந்தா வேண்டாம். நாம மாம்பலமே போய்டுவோம். ஆனா ஏன் உம்முனு இருக்க? சோர்வா இருக்க? சரியா சாப்டலன்னு கேட்கப்படாது. ஒரு செடியை வேரோட பிடுங்கி இன்னொரு இடத்துல நட்டு வெச்சா உடனே எப்டி தளதளப்பும் மினுமினுப்பும் வரும்? அதுக்கு உரமும் நீரும் விட விடதானே வரும்! கல்யாணமாற பெண்ணுக்கு உரம் அவ பொறந்தாத்து மனுஷாளை அடிக்கடி பார்க்கறதுதான். நீர், புக்காத்து மனுஷா காட்ற அன்பு!''

''அட, நன்னா பேசறயே. சரி வா, நா உனக்கு முதல்ல உரம் போட்டுடறேன்'' சந்துரு சிரித்தான். ஆட்டோ பிடித்து மைலாப்பூர் என்றான். கற்பகத்தின் முகத்தில் ஆயிரம் தாமரை மலர்ந்தது.

காலங்காலையில் ஆட்டோ சத்தம் கேட்டதும் ஜன்னல் வழியே எட்டிப் பார்த்த அப்பா பரபரப்பும் சந்தோஷமாய் வாசலுக்கு வந்தார். அவரைத் தொடர்ந்து மற்றவர்களும் ஓடி வர கற்பகம் அம்மாவைக் கட்டிக் கொண்டாள். அப்பாவைப் பார்த்துச் சிரித்தாள். தம்பி சாமான்களை இறக்கி உள்ளே கொண்டு வந்தான்.

அம்மா பரபரப்பாக காப்பி போட்டாள். நுரை பொங்க இருவருக்கும் கொடுத்தாள்.

''என்னடி இப்டி சொல்லிக்காமயே போய்ட்டேள்? உங்கப்பா ரொம்ப வேதனைப்பட்டார்.''

''நா என்னம்மா பண்ணட்டும்? எங்க மாமியார் விடலையே.''

''சரி அங்க எல்லாரும் எப்டி... ஆசையாதானே இருக்கா?''

''ம் ஆசையாதான் இருக்கா. ஆனா வீடுதான் ரொம்ப கஷ்டமார்க்கு. சரியான வெயில் வேறயா. உள்ள இருக்கவே முடியல.''

''எல்லாரும் எப்டி படுத்துக்கறேள்?''

''உள்ள எங்க படுத்துக்கறோம்?''

"பின்னே?"

"சுகமா மொட்டை மாடிலதான் படுத்துக்கறோம். ஜிலுஜிலுன்னு காத்து."

"மொட்டை மாடிலயா?" அம்மா அதிர்ந்து போனாள்.

"அங்க எப்டிடி? நீங்க மட்டுமா... படுத்துக்கறேள்...?"

"ஆறு குடித்தனமும் அங்கதான் படுக்கும். அந்த வீட்டுலயே காத்தடிக்கற ஒரு இடம் உண்டுன்னா அது மொட்டை மாடிதான்."

"வீடு பார்க்கறாளோ?"

"ரெண்டுநாள்தானே நா அங்க இருந்தேன். அப்புறம் ஊருக்கு போயாச்சு. இன்னிக்குத்தானே வரேன். இனிமேதான் பார்ப்பாளோ என்னமோ?"

அப்பா ஆல்பம் கொண்டு வந்தார்.

"இது எப்பொ வந்துது?" அம்மா அதைப்பார்த்து வியந்தாள்.

"அப்பவே வந்தாச்சு. நாந்தான் காட்டல. இவ பார்த்துட்டு எல்லோரும் பார்த்தா போதும்னு உள்ள வெச்சுட்டேன்."

கற்பகம் நெகிழ்ந்து போனாள்.

"உங்காத்துக்காரர்க்கு என்ன சமையல்டி பிடிக்கும்?"

"அய்யோ, நாங்க இங்க வந்ததே தெரியாதுமா. சமையல்லாம் வேண்டாம். நாங்க போகணும்."

"நாளைக்கு சாப்ட வந்துடுவேளாடி? உங்காத்துல சொல்லிட்டு வந்திருக்கு. அனுப்புவாளா?"

"அதெல்லாம் அனுப்புவா."

"போலாமா?" சந்துரு கேட்டான்.

"போலாம்." கற்பகம் அம்மாவை மீண்டும் கட்டிக்கொண்டாள். "எனக்கு அங்க போகவே பிடிக்கலம்மா" என்றாள்.

"அப்டியெல்லாம் சொல்லப்படாது. கிளம்பு." அம்மா வெற்றிலைப் பாக்கில் பதினோரு ரூபாய் வைத்து கொடுத்தாள். அவர்கள் புறப்பட்டார்கள். இன்னொரு ஆட்டோ பிடித்து மாம்பலம் போனார்கள். அவர்கள் போன நேரம் வீடு அமர்க்களமாய் இருந்தது. வீடு முழுக்க பாத்திரங்களும் சாமானுமாய், நிற்கக்கூட இடமில்லை. அதோடு சொத சொதவென்று ஒரே ஈரம். மாமியாரின் முகத்தில் துளிக்கூட சிரிப்பில்லை. அடுக்களையில் மலை மாதிரி பாத்திரங்களை குவித்துப் போட்டுக் கொண்டு தேய்த்துக் கொண்டிருந்தார். மாமனார் கட்டிலில் கண்மூடிப்படுத்திருக்க கூடத்தில் ஒரு ஓரமாய் பூஜையில் ஆழ்ந்திருந்தான் மைத்துனன். ஓர்ப்படியைக் காணவில்லை. யாரும் என்ன ஏது என்று கூட பேசாத நிலையில் கற்பகத்திற்கு என்ன செய்வதென்று தெரியவில்லை. பெட்டியை வைத்து விட்டு குளிக்கப் போனாள். குளித்துவிட்டு வந்ததும் மாமியாரிடம் வந்து "என்ன சமைக்கணும்?" என்றாள் மெல்லிய குரலில்.

"என்னைக் கேட்டா எனக்கென்ன தெரியும்? நானா இந்த வீட்டுல சம்பாதிக்கறேன்? சாமான் வாங்கிப் போடறேன்?" வெடுக்கென்று மாமியார் சொல்ல கற்பகம் எதுவும் புரியாமல் சந்துருவைப் பரிதாபமாகப் பார்த்தாள்."

"என்னம்மா ஆச்சு...? கோவமார்க்க?"

"எனக்கென்ன கோவம்? ரெண்டு மாட்டுப் பொண் இருந்தும் அல்லாடணும்னு எனக்கு தலையெழுத்து. கல்யாணமானதும் ஆகாததுமா நீ பாட்டுக்கு இவளைக் கூட்டிண்டு ஜூட் விட்டுட்ட. உங்க மன்னி கதைதான் தெரியுமே! என்னிக்கு அவ வீட்டு வேலை செஞ்சிருக்கா? ஆம்படையானுக்கு சமைச்சுப் போட்டிருக்கா? எழுந்திருக்கறது ஆறு மணி. ஏழு மணியானா பையத் தூக்கிண்டு ஓட்டம். மூணு மணிக்கு ஸ்கூல் விட்டாலும் அவ அக்காளாத்துல போய் டிபனும் காப்பியும் முழுங்கிப்ட்டு, ஊர்க்கதை எல்லாம் பேசிட்டு ராத்திரி எட்டு

மணிக்கு குறைஞ்சு வராமாட்டா. வந்தா வீட்டு வேலை செய்யணுமே! பொண்டாட்டி இப்டியிருந்தா புருஷனுக்கு எப்டி அன்பு வரும்? பொங்கி போடற அம்மாதான் உசத்திம்பான் அவன். அப்டி சொன்னாலும் அவளுக்கு பொத்துண்டு வரது கோவம். கடசில இவந்தலையெழுத்து அந்த ராட்சசிகிட்ட மாட்டிண்டுட்டானே!. இன்னும் என்னல்லாம் இவந்தலைல எழுதி வெச்சிருக்கோ!''

''சரி போறும்மா. நீ இந்தப் பக்கம் வந்து உட்காரு இவ பார்த்துப்பா சமையலை. நா இன்னிக்கே டூட்டிக்கு போகணும். மணியாறது.''

சந்துரு கறிகாய் கூடையிலிருந்து வாடிப் போயிருந்த நாலு கத்திரிக்காயை எடுத்து நறுக்கினான்.

''இதைப் போட்டு வத்தக் குழம்பு வெச்சுட்டு, பாலக்காட்டுலேர்ந்து வாங்கிண்டு வந்த பப்படாத்தை சுட்டுடு'' என்றான் மனைவியிடம்.

''நான் பார்த்துக்கறேன். நீங்க போங்கோம்மா'' என்ற கற்பகம் ஸ்டவ் பற்ற வைத்து (கேஸ் அடுப்புகூட அந்த வீட்டில் கிடையாது) சாதத்திற்கு உலை வைத்தாள். இன்னொன்றில் வத்தக் குழம்புக்கு கல் சட்டி வைத்து தாளித்தாள். மாமியார் பழம் பஞ்சாங்கம் என்பதால் இன்னமும் கல்சட்டி குழம்புதான். குக்கர்கூடக் கிடையாது. எனவே சமையல் என்பது அந்த வீட்டில் படு சிரமமான விஷயமாயிருந்தது. ஒரு ஆள் நிற்குமளவுக்கே அடுக்களை இருந்ததால் வியர்த்துக் கொட்டியது. வெக்கை வெளியில் போக வழியில்லாததால் உடம்பே வெந்து போயிற்று.

ஒரு மணி நேரமாயிற்று. சாதம் வடித்து வத்தக்குழம்பு செய்ய.

''கல்சட்டி பத்திரம்! எங்கம்மா நேக்கு ஆசையா கொடுத்தது. உடைச்சுடாதே.'' பூஜையில் உட்கார்ந்திருந்த மாமியாரின் கண்

அவளைச் சுற்றியே அலைந்தது. பாதி சுலோகத்தில் 'உப்பு ஜாடியை சரியா மூடு. பூச்சி போய்டும். புளி ஜாடியை ஓரமா தள்ளி வை' என்று கட்டளைகள்.

பப்படத்தை சுட்டு சம்படத்தில் போட்டுவிட்டு வீட்டை அவசரமாய் சுத்தம் செய்தாள். பரத்தியிருந்த பத்திரங்களை ஷெல்பில் அடுக்கினாள். சாமான் டப்பாக்களையும் மேலே தூக்கி வைத்தாள். பெருக்கி துடைத்து ஓரளவு சாப்பிட இடம் பண்ணினாள். சந்துரு எங்கே போனான் என்று தெரியவில்லை.

"சமையலாய்டுத்தாம்மா கற்பகம்?" மைத்துனன் பூஜையிலிருந்து குரல் கொடுத்தான்.

"ஆய்டுத்துடா மூர்த்தி. நீ உட்கார்ந்து சாப்டு. தம்பி பொண்டாட்டி எப்டி சமைச்சிருக்கான்னு சொல்லு" மாமியார் பதில் சொன்னாள்.

கற்பகம் மைத்துனனுக்கு தட்டும் நீரும் எடுத்து வைத்தாள். மைத்துனன் உட்கார்ந்ததும் பரிமாறினாள். கரண்டி கரண்டியாய் சாதம் போடப் போட போதும் என்ற வார்த்தையே அவன் வாயிலிருந்து வரவில்லை. கற்பகமாய் ஒரு கட்டத்தில் சாதம் போடுவதை நிறுத்திவிட்டு குழம்பு விட்டாள். அதுவும் அப்படித்தான். அவளேதான் நிறுத்தினாள்.

"நெய்யிருக்காம்மா?"

அவள் மாமியாரைப் பார்த்தாள்.

"அந்த ஜாடில இருக்கு பார்."

கற்பகம் ஜாடி எடுத்தாள். ஐந்து ஸ்பூன் நெய் விட்ட பிறகுதான் போதும் என்றான் அவன்.

"எப்டிடா இருக்கு குழம்பு?"

"சூட்டிகையா இருக்கும்மா... தேவலை போ. இனிமே உனக்கு வேலை மிச்சம். பாவம் நீயும் எத்தனை நாள் கஷ்டப்படுவ?"

இரண்டு முறை குழம்பு சாதம் சாப்பிட்டான். மோருக்கு இன்னும் அதிகமாய் சாதம் போட்டுக் கொண்டான். மோர்ப் பாத்திரமும் பாதியளவாயிற்று.

"குழம்பு ஊத்தும்மா."

கற்பகம் குழம்பு விட்டாள். அது போதாமல் அவனே நாலு கரண்டி விட்டுக் கொண்டான்.

இறுதியில் அவன் சாப்பிட்டு எழுந்தபோது வெங்கலப் பானையில் ஒரு பிடி சாதமும் கல் சட்டியில் இரண்டு கரண்டி குழம்பும் ரெண்டே ரெண்டு பப்படாமும் மிஞ்சியிருந்தது.

எங்கோ போன சந்துருவும் வந்து சேர்ந்தான். "ஆச்சா சாப்டலாமா?" என்றான்.

அவள் திருதிருவென்று விழித்தாள்.

மாமியார் வெங்கலப் பானையைப் பார்த்துவிட்டு சிரித்தாள். "சரிதான் போ. இன்னிக்கு உன் பெண்டாட்டி சமையலை இந்த மூர்த்தி ஒரு பிடி பிடிச்சுடுத்து! பாவம். அது இப்டி சாப்ட்டு எத்தனை நாளாறது! அவம் பொண்டாட்டி சரியா பண்ணிப் போட்டாதானே? நா சமைச்சு முடிக்கவே தினம் நாழியாய்டும். தினம் அது வெறும் வயத்தோட ஓடிடும். நீயானம் மத்தியானம் வந்து சாப்பிடுவ. அவனுக்கு ராத்திரி ஒருவேளை சோறுதான். அதான் காணாததைக் கண்டாப்போல சாப்ட்ருக்கு. கொஞ்ச நாழி இரு. இன்னோரு உலை வெக்கச் சொல்றேன் சாப்ட்டுட்டு போ."

"வேணாம் நா ஆபீஸ்ல பார்த்துக்கறேன்" சந்துரு வெறும் வயிறோடு கிளம்பிப் போனான்.

அதற்குப் பிறகு மறுபடியும் ஒரு சமையல் செய்ய ஆரம்பித்தாள் கற்பகம். ஸ்டவ்வில் உலை வைக்கும்போது இன்னும் எத்தனை நாள் இந்த அவஸ்தை என்று தோன்றியது. உலகம் எத்தனையோ விதங்களில் முன்னேறி மக்கள்

பலவித சௌகர்யங்களையும் அனுபவிக்க ஆரம்பித்தும்கூட இன்னமும், அம்மியும் ஆட்டுக்கல்லும், ஸ்டவ்வும், வெண்கலப்பானையும் கல்சட்டியும் ஈயம்பூசின பித்தளை அடுக்குமாய் ஏன் இந்த வீடு மட்டும் மாறவில்லை?

மாமனாருக்கு சாதம் போட்டு விட்டு மாமியாரும் அவளும் சாப்பிட்டார்கள். கற்பகத்திற்கு சோறு இறங்கவில்லை. தினமும் எட்டரை மணிக்கு சாப்பிட்டு பழக்கப்பட்டவளுக்கு இரண்டு மணிக்குதான் சோறு என்றால்... பசியடைத்துப் போயிற்று. மாமியார் வயணமாக மைத்துனரைப் போலவே சாப்பிட்டாள். மாமியார் என்றில்லை அந்த வீட்டில் எல்லோருமே நிறைய சாப்பிட்டார்கள். எப்போதுமே சாப்பாட்டைப் பற்றியே பேசினார்கள். அதற்காகவே பிறந்தாற் போலிருந்தது அவர்கள் பேச்சும் செயலும் மத்தியான சாப்பாடு சாப்பிடும்போதே ராத்திரி சமையலைப் பற்றி பேசினாள் மாமியார். அடுக்களையில் வியர்த்து வழிய நிற்பதே வாடிக்கையாயிற்று கற்பகத்திற்கு. சந்துரு காலையில் போனால் இரவுதான் வந்தான். ஒரே ஒரு முறை சீக்கரமே வந்து அவளை சினிமாவுக்கு கூட்டிக்கொண்டு போனான். சினிமா முடிந்து வந்ததுமே மாமியார் புலம்ப ஆரம்பித்து விட்டாள்.

"சினிமா என்ன சினிமா? காசை வீணாக்கிண்டு? அந்த காசுல கறிகா வாங்கிப் போட்டா எல்லாரும் சாப்டலாம் இல்லையா? எனக்கு இதெல்லாம் பிடிக்காதும்மா. நீ என்ன வேணா நினைச்சுக்கோ. மாமியார் பொல்லாதவன்னு வேணா சொல்லிக்கோ. நா காசை வீணாக்க மாட்டேன். கஷ்டப்பட்டுதான் குழந்தைகளை வளர்த்தேன். சினிமா பார்த்துண்ருந்தா என் குடும்பம் விருத்தியாயிருக்காது என்ன...? நா சொல்றது சரிதானே...?" மாமனாரிடம் நியாயம் கேட்டாள்.

"சரிதான்! நேக்கும் பிடிக்காது" மாமனார் ஒத்து ஊத, அப்படி என்ன இது பெரிய குற்றம் என்று புரியவில்லை கற்பகத்திற்கு. ஆனால் அதற்குப் பிறகு சினிமா பார்க்கும் ஆசையே போய்விட்டது. சினிமா என்றில்லை. காற்றுக்காக சற்று நேரம் மொட்டை மாடியில் உட்கார்ந்துவிட்டு வந்தால்கூட மாமியாருக்குப் பிடிக்கவில்லை.

"மாடில எல்லாரும் அரட்டை அடிப்பா. நம்ம வாயைப் பிடுங்குவா. நம்மாத்து விஷயத்தை நோண்டி நோண்டி கேட்பா. நம்பாத்து விஷயம் நமக்குள்ளதான் இருக்கணும். அதான் நல்ல பெண்களுக்கு அழகு. என் தங்கையாத்துக்கு போய்ட்டு வந்தயே... எப்டியிருக்கா அவ பார்த்தயோ...?"

"காலம்பற நாலு மணிக்கு எழுந்துடுவா. ஸ்லோகம் சொல்லிண்டே சமையல். எப்போதும் அவ வீட்டில விருந்தாளிகள் கூட்டம்தான். சிரிச்சுண்டே அத்தனை காரியமும் செய்வா. புக்காத்து மனுஷா பொறந்தாத்து மனுஷான்னு அவளுக்கு வித்யாசமே கிடையாது. எல்லார்ட்டயும் ஒரே போல ஆசையா பழகுவா. அக்கம் பக்கம் வம்பே கிடையாது. அதுக்குன்னு பகையும் கிடையாது. ஆபீசுக்கும் போயிண்டு, மலை மலையா ஆத்துக்காரியமும் பண்ணிண்டு, வந்தவாளையும் உபசாரம் பண்ணிண்டு, என்ன சொல்லு, அவ சமத்து யாருக்கும் வராது. அதமாதிரிதான் இருக்கணும் இருந்தா."

'இவ்ளோ பேசற உங்களுக்கு ஏன் உங்க தங்கை குணத்துல பாதிகூட இல்ல?' நாக்கு நுனிவரை வந்துவிட்ட கேள்வியைக் கஷ்டப்பட்டு விழுங்குவாள் கற்பகம். வம்பு பேசக்கூடாது என்று மாட்டுப் பெண்ணுக்குதான் சொன்னாளே தவிர, காலை மூன்று மணிக்கே விழித்து எழுந்து உட்கார்ந்து கொண்டு நிசப்தத்தை கிழித்துக் கொண்டு மூத்த மாட்டுப் பெண்ணை குறை சொல்லிக் கொண்டு, உடன் பிறந்தவர்களை சிலாகித்துக் கொண்டு, தன் சின்ன வயது சம்பவங்களை திரும்பத் திரும்ப சொல்லிக் கொண்டு அவள் பேசும் பேச்சு எப்பேர்ப்பட்டவருக்கும் தலைவலியே வந்து விடும்.

அவள் பேசுவதை எல்லாம் வேலையை விட்டுவிட்டு கேட்க வேண்டும். இல்லாவிட்டால் பாரு பாரு என்று அழைத்தே கொன்று விடுவாள். இந்த பிடுங்கல் தாங்காமல்தான் ஓர்ப்படி அக்கடா என்று ஓடி விடுகிறாள் போலும்! வேலையில்லாததால் கற்பகம் மாட்டிக் கொண்டாள். அந்த வீடு மிக வினோதமான இடமாய் இருந்தது அவளுக்கு. சிரிப்பு, நகைச்சுவை என்றால் வீசை என்ன விலை என்று கேட்டார்கள். ஒன்று, மாமியார் புலம்பிக் கொண்டிருப்பாள். இல்லாவிட்டால் மைத்துனரும் ஓர்ப்படியும் ஓரண்டையிட்டுக் கொண்டிருப்பார்கள். அவர்கள் சிரித்து சந்தோஷமாகப் பேசியே அவள் பார்த்ததில்லை.

அப்படியே அபூர்வமாய் அவர்கள் பேசினாலும் மாமியாருக்கு பொறுக்காது. மனைவியைப்பற்றி புருஷனிடம் ஏதாவது குறை சொல்லிச் சொல்லி அவர்கள் சந்தோஷத்தைக் கெடுத்து விடுவாள். வெளியிலிருந்து பார்க்கிறவர்களுக்குத்தான் மாமியார் வெகுளி.

உண்மையில் மிகவும் மோசம் என்பது கற்பகத்திற்கு நன்றாகவே புரிந்தது. ஒரு மாசம் இப்படியே ஓடிவிட்டது. அப்பா நாலைந்து முறை வந்து பார்த்துவிட்டுப் போனார். மற்றவர்கள் எதிரில் அவரிடம் எதுவும் பேச முடியவில்லை. பிறந்த வீட்டுக்குப் போகும் ஏக்கம் அதிகரித்தது. என்ன சொன்னால் அனுப்புவார்கள் என்று யோசித்தாள்.

அதற்கடுத்த நாள் ஞாயிற்றுக்கிழமை விடியற்காலையில் ஓர்ப்படி தூரம் என்றாள்.

"அதானே பார்த்தேன். லீவுன்னா உடனே இதுவும் கூடவே வந்துடுமே! சரி சரி மாடிக்கு போய்டு" மாமியார் சுள்ளென்று எரிந்து விழுந்தாள். அப்போதுதான் கற்பகத்திற்கு அந்த எண்ணம் தோன்றியது. கூடாது. உடனே சொன்னால் நம்ப மாட்டார்கள். நாளைக் காலையில் சொல்லிவிட வேண்டும். இதைச் சொல்லிவிட்டு எப்படியாவது தப்பித்து மைலாப்பூர் போய் ஒரு மூன்று நாள் நிம்மதியாக இருந்துவிட்டு வரவேண்டும்.

"கீரை மிளகூட்டல் வெச்சு ரசம் பண்ணிடு" மாமியார் உத்தரவிட்டாள். பத்து மணியாயிற்று சமையல் முடிய. மாமனார், மைத்துனர், சந்துரு எல்லோரும் சாப்பிட்டாயிற்று.

"மன்னிக்கு போட்டுடலாமா?"

"அவளுக்கென்ன இப்பொ அவசரம்? நா சாப்ட வேண்டாமா? சேஷமாய்டுமே!"

"சரி நீங்க சாப்டுங்கோ, அப்பறம் போடறேன்."

“எனக்கு இன்னும் நேரமாகும். பூஜை முடிஞ்சு புடவை தோய்ச்சப்பறம்தான் சாப்டுவேன்.”

கற்பகம் மாடிக்கு வந்தாள். மொட்டை மாடியில் மருந்துக்குக்கூட நிழலில்லை. ஏதோ காயப் போட்டிருந்த துணியின் நிழலில் சுருண்டு படுத்திருந்தாள் ஓர்ப்படி!

“பசிக்கறதா மன்னி...? சாதம் போடலாம்னு பார்த்தா அம்மா வேண்டாங்கறா. டிபன் ஏதாவது வாங்கித் தரச் சொல்லட்டுமா அண்ணாவை?”

“யாரு உங்கண்ணாவையா? சரிதான்!” மன்னி சிரித்தாள்.

“ஏன் மன்னி? வாங்கித் தர மாட்டாரா?”

“எச்சக்கையால ஈ ஓட்ட மாட்டார் உங்கண்ணா. அப்டியே வாங்கித் தந்தாலும் காசு நான்தான் கொடுத்தனுப்பணும்.”

“சரி இவரை வாங்கித்தரச் சொல்றேனே?”

“எத்தனை நாளைக்கு?”

கற்பகம் விழிக்க மன்னி சிரித்தாள். “விடும்மா. எனக்கு இது பழகிப்போச்சு. மூணு மணிக்கு ஒரு மோர் சாதமும் துளி நார்த்தங்காயும் வரும் பார்.”

“இல்ல மன்னி, கீரை மிளகூட்டலும் ரசமும் வெச்சிருக்கேன்.”

“நீ வெச்சிருப்ப. ஆனா எனக்கு வராது. நா பொய் சொல்லல. நீ வேடிக்கை பார். சரி கீழ போய்டு. ஓர்ப்படியோட என்ன குலாவல்னுவா.”

கற்பகம் கீழே இறங்கி வந்தாள். மன்னி வீட்டில் சாப்பிட்டு அவள் பார்த்ததேயில்லை. அந்த வீட்டில் யாரோடும் அவள் ஒட்டவில்லை. மாமியார் எத்தனை குறை சொன்னாலும் சட்டையும் செய்யவில்லை. சம்பாதிக்கும் தைரியம் போலும். ஆனால் அவள் சொன்னது போல்தான் இருந்தான் மூர்த்தி. பெண்டாட்டிக்கு பூ வாங்கிக் கொடுக்கக்கூட கணக்குப்

பார்த்தான். வடிகட்டின கருமியாக இருந்தான். அவன் கருமித்தனம் அடுத்த ஒன்றாம் தேதியன்று வெளிப்பட்டபோது சிரிப்புதான் வந்தது கற்பகத்திற்கு.

ஸ்பூன் முதற்கொண்டு கூடத்தில் அத்தனையும் தனித்தனியாய் பரத்தி வைத்துக் கொள்வதுதான் மாமியாரின் குணம். ஒரு பக்கம் பூஜை சாமான்கள். இன்னொரு பக்கம் தண்ணீர் நிரப்பிய அடுக்குகள், இன்னொரு பக்கம் காப்பி போட்ட பாத்திரங்கள் என்று வீடு முழுக்க டப்பாக்களும் பாத்திரங்களும் தனித்தனியாய் சுற்றிலும் பரத்தியிருக்க நடுவில் உட்கார்ந்து பழங்கதை பேசிக் கொண்டிருப்பாள். சில நேரம் வீட்டைப் பார்த்தால் எங்காவது ஓடிவிடலாம் போலிருக்கும். பெருக்கித் தள்ள முடியாது. துடைக்க முடியாது. அப்புறம் ஆகட்டும் என்பாள். ஆனால் எப்போதும் அப்படித்தான் இருக்கும் வீடு. யாராவது வந்தால் முகம் சுளிக்கும் அளவுக்கு அலங்கோலமாய் இருக்கும். பெருக்க முடியாத காரணத்தால் சுவரோரமாய் எறும்புப் படையே ஊர்ந்து கொண்டிருக்கும். கரப்பான் பூச்சி சுவர் முழுக்க அலையும். ஒட்டடை அடித்தால் மாமனாருக்கு சிரமம் என்பதால் ஒட்டடையும் அடிப்பதில்லை. பகலிலேயே விளக்கு போடும் அளவுக்கு இருட்டாயிருக்கும். ஆனால் லைட் போட்டால் மாமியாருக்குப் பிடிக்காது. 'கரண்ட் எக்கச்சக்கமா ஆய்டும். அணைச்சுடு. நானே இருட்டுல வேலை செய்யும்போது உனக்கென்ன சின்ன வயசுதானே?' என்பாள். "இங்க யாரும் சரியில்லம்மா. எம்பிள்ளைகள்

சம்பாதிச்சு அப்பாட்ட கொடுக்கறதில்ல. சந்துருவாவது பாதி சம்பளம் கொடுப்பான். பெரியவன் அதுவும் தரமாட்டான். அவனும் அனாவசியமா செலவு பண்ண மாட்டான். அப்டியே பேங்க்குல போட்ருவான். அது நல்ல விஷயம்தானே. எதுக்கு கெடுக்கணும்? அப்பா காசுலதான் இந்தக் குடும்பம் ஓடறது. அவர் காசு கொடுத்தா அரிசியும் சாமானும் காய்கறியும் வாங்குவேன். இல்லாட்டா வெறும் வத்தக்குழம்புதான். அதுவுமில்லாட்டா. யாராவது சாமான் வாங்கிப் போட்டா சமைப்பேன். எனக்கென்ன வந்தது சொல்லு.''

கற்பகத்திற்கு மாமியாரும் சரி, அந்தக் குடும்பமும் சரி, முழுக்க சரியா இல்லை என்று புரிந்தது. பிள்ளைகளைச் சோறு போட்டு வளர்த்த அளவுக்கு நற்குணமும், அறிவும், பரந்த மனமும் கொடுத்து வளர்க்கவில்லை என்பது புரிந்தது. சந்துரு கஞ்சனில்லை. தாராளமாகத்தான் செலவழித்தான். அவன் கூடவா வீட்டுக்குக் கொடுப்பதில்லை? என்று ஆச்சர்யமாக இருந்தது. அன்றிரவே அவனிடம் அதுபற்றி கேட்டுவிட்டாள்.

“என் சம்பளமே கம்மிதான். என்னைவிட ஜாஸ்தி வாங்கறான் அண்ணன். மன்னி வேற சம்பாதிக்கறா. அவா ரெண்டு பேரும் ஒத்தை பைசா கொடுக்கறதில்ல. அப்டியும் நா ஆரம்பத்துல முழு சம்பளமும் கொடுத்துண்டுதான் இருந்தேன். அதான் சாக்குன்னு இன்னும் வயிறுமுட்ட ஓசில சாப்ட்டுட்டு போவான் அவன். எனக்கே சில நேரம் சாப்பாடு இருக்காது. அம்மா ரொம்ப ஸ்லோதான். எனக்கு டைமாய்டும். பாதி நாள் பட்னியா போய்டுவேன். மத்தியானம் ஒரு வேளைதான் நல்ல சாப்பாடு. ராத்திரி சிலநாள் வெறும் சாதம்தான் இருக்கும். சம்பளம் முழுக்க கொடுத்தும் என்ன பிரயோஜனம்? அதான் பார்த்தேன். பேசாம பாதியை நிறுத்திட்டேன். பாதிதான் கொடுத்தேன். அப்பா அவனை ஒண்ணும் சொல்றதில்ல. ஆனா எங்கிட்ட சண்டைக்கு வரார். கேட்டா அவன் வியாதிக்காரனாம். சிரமப்படுத்தப்படாதாம். எப்பவோ பண்ணின பிரெயின் டியூமர் ஆபரேஷனைச்

சொல்லிண்டு அவன் சாமர்த்தியமா அத்தனை பணத்தையும் சேர்த்துண்டு வர, நா மட்டும் எதுக்கு கொடுக்கணும்? அவங்கிட்டயும் பாதி வாங்கட்டும். இல்ல முழுசா வாங்கட்டும். நானும் முழுசா தரத் தயார் என்ன சொல்ற?''

''நீங்க உங்கப்பாகிட்டயே இதைச் சொல்றதுதானே?''

''அவருக்குத் தெரியாதா? ஆனா அவங்கிட்ட கேக்கமாட்டார். நாய் வாலை நிமிர்த்தவும் முடியாது'' சந்துரு வெறுப்போடு படுத்துக்கொள்ள அந்த வீடு நரகம் என்று தோன்றியது கற்பகத்திற்கு. எல்லோருக்கும் வினோதமான குணம். வீடு மாற்றுவது பற்றிய பேச்சே அங்கு எழும்பாத போதுதான் அவளுக்கு பயமும் கவலையும் அதிகமாயிற்று. இதற்கு நடுவில் அவள் கர்ப்பமும் அடைந்தாள். அதன் பிறகுதான் பிரச்சனைகள் விஸ்வரூபமெடுத்தது.

***

மசக்கை என்றால் அப்படி ஒரு மசக்கை. வாந்தியும், தலைசுற்றலும் பாடாய்ப்படுத்தியது. தூக்கம் மிக சுகமான விஷயமாகி விட்டது. நேரம் காலமில்லாமல் தூக்கம் வந்தது. சாப்பாட்டைப் பார்த்தால் குமட்டியது. தாளிப்பு நெடியில் தாங்க முடியாத வயிற்று பிரட்டலும் வேதனையும் ஏற்பட்டது. அடுப்படியில் நிற்க முடியாமல் உடம்பு துவண்டது. நாலு மணிக்கு தினமும் எழுந்தவள் ஆறு மணி, ஏழு மணி என்று எழுந்துகொள்ள (சில நேரம் எட்டுமணிகூட ஆகும்) மாமியார் வாய் ஓயாமல் புலம்பினாள். ''வீடு இருக்கற லட்சணத்துக்கு இது ஒண்ணுதான் இப்பொ குறைச்சல்!'' என்று அவள் சொன்னபோது கற்பகம் அதிர்ந்து போனாள். ரெண்டு பெண்ணுக்கு கல்யாணம் செய்து பேரன் பேத்திகளை பார்த்துவிட்டாலும்கூட அவள் அப்பாவும் அம்மாவும் இவளுக்கு நாள் தள்ளியிருக்கிறது என்று தெரிந்து கொண்டதும் எப்படி மகிழ்ந்து போனார்கள்! ஆனால் இந்த

வீட்டில் மைத்துனருக்கு கல்யாணமாகி ஏழு வருடமாகியும் குழந்தையில்லை. நாத்தனாருக்கு மட்டும்தான் ஒரு பிள்ளை. பிள்ளை வயிற்று பேரன் பேத்தி என்று ஒரு குழந்தைகூட இல்லாத நிலையில் அவள் கர்ப்பமடைந்திருப்பதற்கு சந்தோஷப்படாமல் வெடுக்கென்று இப்படியா பேசுவார்கள் என்று வேதனைப்பட்டாள். ஆனால் அதற்குக் காரணம் குழந்தை பிறந்தால் இன்னும் செலவுதானே? அவள் சொன்னதற்குப் பிறகு சந்துரு பாதி சம்பளத்தை வீட்டுக்கு கொடுக்கத்தான் செய்தான். மீதத்திலும் கூட காய்கறி எக்ஸ்டரா பால், என்று வஞ்சனையில்லாமல் வாங்கிக் கொடுத்தான். ஆனால் மைத்துனன் துளியும் அசைந்து கொடுக்கவில்லை. "என் பெண்டாட்டி சரியில்லப்பா. அவ இலட்சணம்தான் உங்களுக்கு தெரியுமே! அப்டியிருக்க நா நாலு காசு சேர்த்து வெச்சுண்டாதான் என் பிற்காலம் பயமில்லாம இருக்கும்."

"அதெப்டி அவன் குடுக்கும்போது நீ குடுக்காட்டா எப்டி? கல்யாணத்தையும் பண்ணி வெச்சுட்டு இன்னும் எத்தனை நாள் என் பணத்தைப் போட்டு செலவு செய்ய முடியும்?"

மூர்த்தி வாயே திறக்க மாட்டான். அப்பா ஏதாவது திட்டினாலும் மண்ணாந்தை மாதிரி கேட்டுக் கொண்டிருப்பான். மகா அழுத்தம் பிடித்தவன் அவன். காரியக்காரன். வடிகட்டின கஞ்சன். கல்லிலிருந்து நார் உரித்தாலும் உரிக்கலாம் ஆனால் அவனிடமிருந்து காலணா வாங்கிவிட முடியாது. பெண்டாட்டி சரியில்லை என்று சொல்லிச் சொல்லியே பணம் சேர்த்துக் கொண்டு, பெற்றவர் காசில் வயிறு வளர்ப்பவன். பெண்டாட்டி ஏன் சரியாயில்லை, தான் அவளுக்கு சரியான புருஷனாக இருக்கிறோமோ என்று ஒரு நாளும் நினைத்துப் பார்க்க மாட்டான் அவன். பிள்ளையின் தவறுகள் அம்மாவின் கண்ணுக்கு புலப்படவும் புலப்படாது. அதென்னவோ, அந்த பிள்ளைதான் உசத்தி அவளுக்கு. அவன் பெண்டாட்டியைப் பற்றி அவள் எத்தனை குறை சொன்னாலும் தலையாட்டி

கேட்டுக் கொண்டு இவனும் பதிலுக்கு மனைவியைப் பற்றி குறை சொல்லி மகிழ்விக்கிறானே, அதனால் உசத்தியாகி விட்டானா என்று தெரியவில்லை. சந்துருவிடமும் கற்பகத்தைப் பற்றிக் குறை சொல்லித்தான் பார்த்தாள் அவள். ஆனால் சந்துருவிடம் எதுவும் எடுபடவில்லை.

"உன் பெண்டாட்டி தூங்கு தூங்குன்னு தூங்கறாப்பா. வீடு விருத்தியாகாது சொல்லிட்டேன். பகல் முழுக்க தூக்கம்னா சாயங்காலமானா மொட்டை மாடில வம்படிக்கப் போயிடறா. நீ வரும்போதுதான் அவளும் கீழ இறங்கி வரா. சொல்லிட்டேன்."

"ஏம்மா இந்த இருட்டுக்குள்ள எத்தனை நாழி அவ காத்து வசதியில்லாம அடைபட்டுண்ருப்பா. ஏதோ காத்துக்காக மொட்டை மாடிக்கு போறா, அது தப்பா? மசக்கையும் வாந்தியும் படுத்தறது. தூங்கறா. வந்ததுலேர்ந்தா தூங்கிண்ருக்கா. நாலு மணிக்கு எழுந்து காரியம் பண்ணிண்டுதானே இருந்தா? எதுக்கு இப்டி சும்மா குறை சொல்ற? மொதல்ல வீட்டை மாத்து ஆளுக்கு ஒரு ரூம் இருக்காப்போல வீடு பார். அப்புறம் அவ வெளில போனா குறை சொல்லு."

"பார்த்தேளா? பெண்டாட்டிக்கு பரிஞ்சுண்டு இவன் பேசறதை? வயசு காலத்துல நாங்களாப்பா வீடு பார்க்க முடியும்? யார் பார்க்க வேண்டாம்னா? தாராளமாக பெரிசா வீடு பார்த்துட்டு எங்களை கூட்டிண்டு போனா வர மாட்டோம்னா சொல்லுவோம்?"

"பிள்ளையாண்ருக்கற பொண்ணு வெண்டிலேஷன்கூட இல்லாத இந்த குகைல எப்டிப்பா இருப்பா? நா சொன்னதுல என்ன தப்பு?"

"ஒரு தப்புமில்ல. நீ தாராளமா பெரிய வீடா பாரு. எல்லோரும் போவோம். ஆனா வாடகை, கரண்ட் சார்ஜ், ஆத்து செலவுன்னு ஒத்தை பைசா எங்கிட்ட கேக்கப்படாது. எல்லாம் நீங்க ரெண்டு பேரும்தான் பார்த்துக்கணும்.

சம்மதம்னா தாராளமா வீடு பாரு. நான் வேண்டாங்கல. நீங்க ரெண்டு பேரும் பணம் எதுவும் கொடுக்காம பெரிய வீடாவும் பார்த்துட்டு பணத்துக்கு நா எங்க போறது...?"

"நானா கொடுக்கமாட்டேங்கறேன்? உம் பெரிய பிள்ளைதானப்பா கொடுக்கமாட்டேங்கறான்! அவங்கிட்ட சொல்லேன், கண்டிஷனா பணம் கொடுத்துதான் ஆகணும்னு. அவா ரெண்டு பேரும் காலணா கொடுக்காம சாப்டுவா. நா மட்டும் முழு சம்பளமும் போடணும்னா எப்டி...?"

"அவ தரமாட்டா...! அவ சரியில்ல. அதனாலதான் அவனும் தரமாட்டேங்கறான். அவ அவனை கவனிச்சுண்டாதானே? அவன் பாவம் என்ன செய்வான்?" அம்மா அவனுக்குப் பரிந்துகொண்டு வந்தாள்.

"எப்டியோ போங்கோ. இந்த வீட்டைத் திருத்தவே முடியாது. தலைதான் சுத்தும் இங்க இருந்தா. சரி சாதம் போடு! நா போணும்."

"அதை ஏன் எங்கிட்ட சொல்ற? தூங்கறா பார் உன் பெண்டாட்டி, அவகிட்ட சொல்லு."

"அவளால முடியலன்னுதானம்மா படுத்துண்ருக்கா. சமையல் ஆச்சா இல்லையா?"

"இன்னும் இல்ல."

"அப்டின்னா நா போறேன்."

சந்துரு வெறும் வயிறோடு போன பிறகு பெரிய பிள்ளைக்கு சாதம் வடித்து ரசம் வைத்து பீன்ஸ் கறி வதக்கி வயிறு நிறைய சோறு போட்டு அனுப்பினாள். மாமனாருக்கும் போட்டாள். புடவை தோய்த்துவிட்டு தானும் உட்கார்ந்து சாப்பிட்டவள் கற்பகத்தை சாப்பிடுகிறாயா என்றுகூட கேட்கவில்லை. எங்கே வாந்தி வருமோ என்று கற்பகமும் சாப்பிடவில்லை. மாமியார் சாப்பிட்டு முடிக்க ஒரு மணி நேரமாயிற்று.

சாப்பிட்டு பாத்திரங்களை ஒழித்து எச்சிலிட்டு துடைத்துவிட்டு அப்படியே படுத்துத் தூங்கிப்போனாள். கற்பகமும் தூங்கிப் போயிருந்தாள். இரண்டு மணிக்கு சந்துரு வந்தான்.

''சாதம் போடறயா, கற்பகம்..'' என்று அவளை எழுப்பினான். தூக்கக் கலக்கம் மாறாமல் கற்பகம் எழுந்து வந்தாள். மேடை சுத்தமாக இருந்தது. சமைத்த பாத்திரம் அத்தனையும் சுத்தமாய் ஒழித்து தேய்க்கப் போட்டிருந்தது. சாப்பாடு ஒரு பருக்கைகூட இல்லை.

கற்பகம் திருதிருவென்று விழித்தாள்.

''என்ன...?'' சந்துரு முகம் துடைத்தபடி கேட்டான்.

''வந்து... எதுவுமே இல்லையே!''

''எதுவும்னா...? சமைக்கலையா? யாருமே சாப்டலயா?''

''இல்ல அம்மா சமைச்சாளே.''

''அப்புறம்...?''

''தெரியல தீர்ந்து போய்டுத்து போல்ருக்கு''

''நீ சாப்ட்டயா?''

''ப்ஸ.., எனக்கு பிடிக்கல. தலையும் தூக்க முடியல. தூங்கிண்டே இருந்தேன். எல்லாம் இருக்கும்னு நினைச்சேன்.'' கற்பகத்திற்கு அழுகை வந்தது.

சந்துரு அம்மாவைப் பார்த்தான். தூங்குவதுபோல் அவள் பாவனை செய்வது நன்றாகப் புரிந்தது. வேண்டுமென்றேதான் அம்மா அவர்கள் வரையில் கணக்காய் சமைத்து சாப்பிட்டு ஒழித்துப் போட்டிருக்கிறாள்.

அவள் கற்பகத்தைக் குறை சொன்னபோது இவன் மனைவிக்கு பரிந்து கொண்டு பேசினான் அல்லவா? அந்த கோபத்தை இப்படி தீர்த்துக் கொண்டிருக்கிறாள்.

அவளிடம் இப்போது எது பேசினாலும் ஏடாகூடமாய் பேசுவாள். சந்துரு கற்பகத்தை படுக்கச் சொல்லிவிட்டு இரண்டு

பாத்திரத்தை தேய்த்து ஒரு டம்ளர் அரிசி களைந்து நீர் ஊற்றி ஸ்டவ்வில் வைத்தான். அவனுக்கு வியப்பாயிருந்தது. அவன் பசி என்று சொன்னால் அம்மா தாங்கவே மாட்டாள். அவனுக்காக ஸ்பெஷலாய் சமைத்துப் போடுபவள், ஸ்பெஷலாய் எருமைப்பால் வாங்கி காப்பி போட்டு தருபவள், இரவு அவன் எவ்வளவு லேட்டாய் வந்தாலும் விழித்திருந்து அவனுக்கு சாதம் போடுபவள் அவனுக்கு கல்யாணமான பிறகு எப்படி மாறி விட்டாள்...?

மசக்கை வாந்தி பற்றி அவளுக்குத் தெரியாதா? அவள் படாத அவஸ்தைகளா? பிறகேன் கற்பகத்தின் அவஸ்தையைப் புரிந்துகொண்டு அன்பாய் நடத்த மறுக்கிறாள்?

கல்யாணமானால் பிள்ளைகள் மாறி விடுகிறார்கள் என்று குற்றம் சொல்லத் தெரியும் தாய்க்கு தன் மாற்றம் ஏன் தெரிவதில்லை?

அரிசி வெந்ததும் வடித்துவிட்டு இரண்டு பேருக்கும் தட்டு வைத்துவிட்டு கற்பகத்தை எழுப்பினான்.

"ஒரு வாய் சாப்டு வா."

"வேணாம் வாந்தி வரும்."

"அதுக்காக? நாள் முழுக்க சாப்டாட்டா எப்டி?"

"வாந்தி எடுத்தாலும் பரவால்ல. ஒரு வாய் சாப்டு. வெறும் மோர் சாதமும் ஊறுகாயும் தானே...?"

கற்பகம் வேண்டா வெறுப்பாய் சாப்பிட உட்கார்ந்தாள். சந்துரு இரண்டு பேருக்கும் தட்டில் சாதம் போட்டுவிட்டு தயிர்ப் பாத்திரத்தை தேடினான். காணவில்லை. ஷெல்பில் பார்த்தான். அங்கேயும் இல்லை. அதுவும் சுத்தமாய் காலியாக்கப்பட்டிருந்தது. திகைத்துப் போனான் அவன்.

❋❋❋

"எனக்கு பயம்மார்க்குப்பா. என்ன உங்காத்துல எல்லாரும் இவ்ளோ மோசமா இருக்கா...?"

"அம்மா நல்லாதாண்டி இருந்தா. எங்கண்ணனாலதான் இங்க இவ்ளோ பிரச்சனை...! ஓசிலயே வயிறு வளர்க்கறவன் அவன். பெண்டாட்டியைப் பத்தி குறை சொல்லிச் சொல்லியே அம்மாட்ட தன் காரியத்தை சாதிச்சுப்பான். பெண்டாட்டியவிட அவனுக்கு அம்மாதான் முக்கியம்!"

"அதுக்காக சம்பாதிக்கற பணத்துல எதுவும் குடுக்காட்டா எப்டி...? இந்த மாதிரி இருக்கிறவாளை தனிக்குடித்தனம் வெச்சுட வேண்டியதுதானே...? எதுக்கு கட்டிண்டு அழறா...!"

"அதுசரி, சத்தம் போட்டு சொல்லாத. கிழிச்சு தோரணம் கட்டிடுவா. எங்கம்மா. வீட்டுக்கு உள்ளே எவ்ளோ நாறினாலும் பரவால்ல. ஆனா பசங்க தனிக்குடித்தனம் போனா கௌரவக் குறைச்சல்னு நினைக்கறவா எங்கப்பா அம்மா. அதுவும் மன்னியை நம்பி அண்ணனை தனியா அனுப்பிடுவாளா அவ?"

"மன்னியைப் பார்த்தா அப்டி ஒண்ணும் மோசமானவளா தெரியலையே. ஏன் ரெண்டு பேர்க்கும் ஒத்துப்போக மாட்டேங்கறது?"

“இவன் சுபாவம் மோசம். ஆம்படையான்கிட்ட பெண்டாட்டி எது பேசினாலும் ஒரு நம்பிக்கையோடதானே பேசுவா. அம்மாவைப்பத்தி அவ ஏதோ அண்ணாட்ட வருத்தப்பட்ருக்கா. அதை தன்னோட வெச்சுண்ருக்கலாம். அல்லது பிடிக்காட்டா இனிமே எங்கம்மாவைப்பத்தி எதுவும் சொல்லாதன்னு தானே அவளை திட்டிட்டு விட்ருக்கலாம். அதைவிட்டு மறுநாள் காலம்பற காப்பி குடிக்கும்போதே முத நாள் பெண்டாட்டி சொன்னதை அப்டியே அம்மாட்ட போட்டு உடைச்சுட்டான். அவளுக்கு எப்டியிருக்கும்!”

“தன் பிள்ளைகிட்டயே தன்னைப்பத்தி குறை சொல்லி அம்மா பிள்ளை உறவைக் கெடுக்கப் பார்த்திருக்காளேன்னு அம்மாக்கு ஆத்திரம். அன்னிக்கு ஆரம்பிச்சது சண்டையும் பூசலும். அவளுக்கு ஒரு வாய் சோறு கிடையாது. அவ சமைச்சு வெச்சாலும் ஆயிரம் குறை சொல்லி கிண்டல் பண்ணி சிரிக்கறது. அவ ஒரு முழம் பூ கேட்டா அவகிட்டயே காசு கேக்கறது. வெத்தலை பாக்கு வாங்கிக் கொடுக்கக்கூட கணக்கு பார்க்கறது!”

“எத்தனை நாள்தான் பொறுத்துப்பா! அவ சம்பளம் மட்டும் வேணும். ஆனா அவ அடிமையாவும் இருக்கணும்னா நடக்குமா?”

“ஆரம்பத்துல அவளும் சம்பளத்தை கொடுத்துண்டுதான் இருந்தா. ஆனா அவ செலவுக்கே காசு கொடுக்க பிசிறுவான் எங்கண்ணன். அவன் ஷர்ட்லேர்ந்து பெண்டாட்டிங்கற உரிமையில் அவ பணம் ஏதாவது எடுத்தா போச்சு. உடனே திருடிட்டான்னு அம்மாட்ட சொல்லியழுவான் அவன். அவளும் உன் கதி இப்டியாய்டுத்தேன்னு வாய் வலிக்காம புலம்புவா.”

“அவ பார்த்தா! சம்பளத்தை கொடுப்பானேன். திருட்டுப்பட்டத்தை கட்டிப்பானேன்னுட்டு சுத்தமா ஒரு பைசாகூட கொடுக்கப்படாதுன்னு வெச்சுட்டா. ராத்திரி

ஒருவேளை ஒரு பிடி சாப்டுவா. அதுக்கு வேணுங்கறாப்பல ஏதாவது சாமானை வாங்கிப் போடுவா. அவ்ளோதான்.''

கற்பகம் வியந்தாள். இதென்ன விசித்திரமான வீடு என்று தோன்றியது. யார் இங்கே குற்றவாளி? எல்லாவற்றையும் பார்த்துக்கொண்டு கண்ணை மூடிக்கொண்டு படுத்திருக்கும் மாமனாரா? புருஷன் பெண்டாட்டி சண்டையை பெரிதுபடுத்தி விரிசலை அதிகமாக்கும் மாமியாரா? கல்யாணத்திற்குப் பிறகும் அம்மாவைக் கட்டிக்கொண்டு அழும், பெண்டாட்டியை துச்சமாய் நினைக்கும் மைத்துனரா...?

பிள்ளைகளை ஒற்றுமையாய் வளர்க்காதது யார் தப்பு? சுயநலமாய் நடந்து கொள்ளும்போது அது தவறு என்று சின்ன வயதிலிருந்தே நல்லது சொல்லிக் கொடுத்திருந்தால் பிள்ளைகள் நன்றாக வளர்ந்திருப்பார்களோ?

காசு கொடுக்க மாட்டேன் என்று பிள்ளை சொன்னால் பெண்டாட்டி சரியில்லாட்டா அவன் எப்டி குடுப்பான் என்று அம்மாவே அதை ஊக்கப்படுத்துவது எத்தனை தவறு! ஒரு வயதுக்கு மேல் புருஷன் பெண்டாட்டி விவகாரத்தில் தலையிடாமல் ஒதுங்கி இருந்து முடிந்த உதவியைச் செய்வதல்லவா ஒரு நல்ல தாய்க்கு அழகு! இரண்டு பிள்ளை இரண்டு மாட்டுப்பெண், எல்லோரையும் அன்பால் கட்டிப்போட்டு எத்தனை அழகாய் நிம்மதியாய் இருக்கலாம்?

எதற்கு வாய் வார்த்தைகளை அனாவசியமாய் வீணாக்குகிறாள்? எத்தனை நாள் மாட்டுப்பெண்ணை பிள்ளையிடம் நெருங்க விடாமல் பிள்ளையை கவனித்துக்கொள்ள முடியும் இவளால்? என்ன இருந்தாலும் இறுதிவரை மனைவிதானே ஒருவனுக்கு எல்லாம் செய்ய முடியும்? தாயின் பங்கு ஒரு கட்டம் வரைதானே?

இது ஏன் அம்மா பிள்ளை இருவருக்கும் புரியவில்லை? கடைசிவரை அம்மா தனக்கு விதவிதமாய் சமைத்துப் போட்டுக்

கொண்டிருப்பாள் என்று நம்புகிறானா? சமையலும் சாப்பாடும் அத்தனை முக்கியமா? இப்படிப்பட்ட ஒற்றுமையில்லாத அன்பில்லாத இடத்தில் நாளைக்கு அவள் குழந்தை எப்படி ஆரோக்கியமாக வளரும்? நினைக்கும்போதே கற்பகத்திற்கு பகீரென்றது!

மைலாப்பூரிலிருந்து அவளைப் பார்க்க அப்பா வந்திருந்தார். அவர் முகம் சரியாக இல்லை. பெண் மிகவும் இளைத்துப் போயிருந்தது அவருக்கு அதிர்ச்சியாக இருந்தது. மசக்கை வாய்க்கு சுவையாக இருக்கும் என்று அம்பிகாவிலிருந்து இலந்தை வடாம் வாங்கி வந்திருந்தார். அவரிடம் மாமனாரும் மாமியாரும் சிரிக்கச் சிரிக்கப் பேசினார்கள். கற்பகம் சர்க்கரை குறைச்சலாய் காப்பி போட்டுக் கொடுத்தாள்.

"உடனே வீட்டை மாத்திடுவோம்னு சொல்லிட்டு இப்ப மாசம் நாலாறது, இன்னும் வேற வீடு பார்க்கவேயில்லையே நீங்க?" அப்பா கேட்டு விட்டார். அவர்கள் மௌனமாகி விட்டனர்.

"நாங்க வயசானவா, என்ன செய்யறது, எங்க அலயறது? பிள்ளைகள் ரெண்டு பேரும் சேர்ந்து வீடு பார்த்தா போக மாட்டோம்னா சொல்லுவோம்?"

"அதுக்கில்லை நாளைக்கு குழந்தை பிறந்தா இன்னும் கஷ்டமாச்சே."

"அதுக்கென்ன, அதுவும் இந்த புழுதில புரண்டு விளையாடட்டுமே."

“நா தப்பு பண்ணிட்டேன். நீங்க உடனே வீடு மாத்திடுவேள்னு நம்பி கல்யாணத்தை முடிச்சுட்டேன். வீடு மாத்தினாதான் முகூர்த்தம்னு நா சொல்லியிருந்தா கண்டிப்பா உடனே வீடு பார்த்திருப்பேள் இல்லயா?” அப்பா குரல் உயர்த்தினார்.

“நாங்க என்ன இவளை கஷ்டமா படுத்தறோம் அப்டி?”

“கஷ்டப்படுத்தறேள்னு நா சொன்னேனா? ஆனா வீடு சௌகர்யமா இருக்க வேண்டாமா? மொட்டை மாடில படுத்து தூங்கறதுக்கா ரெண்டு லட்சம் செலவழிச்சு கல்யாணம் பண்ணிக்கொடுத்தேன்? உங்க பொண்ணார்ந்தா இப்டி படுக்க வெப்பேளா?” அப்பா சூடாகக் கேட்க மாமியார் வெலவெலத்துப் போனாள்.

“எங்களுக்கு மட்டும் என்ன ரொம்ப ஆசையா? அங்க இவா படுத்துக்கறதுல?”

“ஆசையில்லாட்டா அப்ப ஒண்ணு செய்ங்கோ. நா என் பெண்ணை இப்பவே கூட்டிண்டு போறேன். வீடு பார்த்ததும் சொல்லியனுப்புங்கோ. கொண்டு வந்து விடறேன்!” அப்பா ரௌத்திரமானார். “உடனே புறப்படு” என்றார் கற்பகத்திடம். அப்பா கோபப்படுவதன் பின்னால் இருந்த நியாயம் புரிய, கலகம் பிறந்தால்தான் வழி பிறக்கும் என்று நினைத்து கற்பகம் தன் துணிமணிகளை ஒரு கூடையில் அடைத்துக் கொண்டு அப்பாவோடு கிளம்பி விட்டாள். மாமியாரும் மாமனாரும் ஸ்தம்பித்துப் போனார்கள்.

***

“இப்டி இளைச்சிட்டயேடி!” அம்மா கண்கலங்கினாள். “என்ன பிரச்சனை உங்காத்துல? ஏன் இன்னும் வீடு பார்க்கல?”

கற்பகம் மௌனமாக இருந்தாள்.

“ஏதானம் சண்டையா?”

"ப்ஸூ... அங்க எதுவும் சரியில்லம்மா. நவக்கிரக சன்னிதில கொண்டு போய் என்னை விட்டுட்டேள்... எனக்கு இப்டி சுத்தறதா அப்டி சுத்தறதான்னு தெரியல! ஒற்றுமைன்னா வீசை என்ன விலைன்னு கேக்கறா! 'உனக்கு வேணும்னா நீ சமைச்சு உன் ஆம்படையானுக்கு போட்டுட்டு சாப்பிட்டுக்கோ'ன்னுட்டா மாமியார். இப்பொ அங்க மூணு சமையல். ஓர்ப்படி ஏதோ காலம்பறயே அவளுக்கும் அவ ஆம்படையானுக்கும் சமைச்சு வெச்சிட்டு தானும் எடுத்துண்டு போறா. அதுக்கப்பறம் நா எங்க ரெண்டு பேருக்கும் சமைக்கறேன். கடசில மாமியார் தனக்கும் மாமனார்க்கும் சமைச்சுக்கறா. மச்சினன் நைஸா சிரிச்சு சிரிச்சுப் பேசி நா வெக்கற சாம்பார் ரஸத்தையும் விட்டுப்பான். அம்மா சமையலையும் ஒரு பிடி பிடிச்சுட்டு போய்டுவான். குடுக்க மாட்டேன்னா சொல்ல முடியும்? மாமியார் சுத்தமா பேசறதேல்ல. என்ன காரணம்னே தெரியல. நா தூங்கப்படாதுங்கறா. நா என்ன வேணும்னா தூங்கறேன்? மார்னிங் சிக்னஸ்தானே? எங்காத்துக்காரர் எனக்கு பரிஞ்சு பேசினா பிடிக்கறதில்ல. ஓர்ப்படி காலம்பற போனா ராத்திரிதான் வரார். அந்த கூட்டத்துல இவர் ஒருத்தர் மட்டும் பரந்த மனசோட இருந்து என்ன பிரயோஜனம்?"

"அடக்கடவுளே... என்னடி இது வினோதமா இருக்கு! இப்டியெல்லாம் நா கேள்விப்பட்டதேயில்லையே!"

"எல்லாத்துக்கும் காரணம் மச்சினர்தான். ஆனா ஒத்துக்கமாட்டா. ஓர்ப்படி மேலதான் பழி சொல்லுவா. ஆனா அவ நல்லபடியாதான் பழகறா. அவளே விரக்தில இருக்கா. தூரமானா மொட்டை மாடில கருவடாம் மாதிரி நாள் முழுக்க காயணும் அவ. வீட்ல உட்கார இடமில்லையே. சேஷம் சேஷம்னு அவளுக்கு ஒரு வஸ்துவை சாப்டக் குடுக்கறதில்ல. முக்கா பட்டினிதான். பாவமார்க்கு!. எப்டிதான் ஏழு வருஷமா இவாளோட குப்பை கொட்டறாளோ! நாலு மாசத்துலயே எனக்கு அலுத்து போய்டுத்து. பிச்சுண்டு ஓடிடலாமான்னு

இருக்கு. மொத்தத்துல அந்த வீடு பெரிய நரகம்மா. இன்னும் கொஞ்ச நாள் அங்க இருந்தா செத்துடுவேன் நான். வீடும் ஆரோக்யமால்ல. மனுஷாளும் ஆரோக்யமால்ல. எனக்கு அங்க போகவே பிடிக்கல!''

அம்மா இடிந்து போனாள். "உங்காத்துக்காரரர் நல்லபடியாதானே நடந்துக்கறார்?''

"அவர் தங்கம்மா. தானே சமைச்சுக்கூட எனக்கு போடறார். அதுக்கும் மாமியார் கிண்டல் பண்றா. குத்திக் காட்டறா. பெத்த தாயாருக்குகூட செய்ய மாட்டானாம். பெண்டாட்டிக்குதான் செய்வானாம். 'என் ஆம்படையான் இப்டியெல்லாம் எனக்கு செஞ்சதில்லை. நானும்தான் மூணு பெத்தேன்'னு குத்தி குத்தி பேசறா.''

"இத்தனை பிரச்சனை இருக்கும்போது இப்டி உங்கப்பா பாட்டுக்கு எடுத்தேன் கவிழ்த்தேன்னு உன்னை கூட்டிண்டு வந்துட்டாரே. எனக்கு கவலையார்க்கே! அவா வீடு பார்ப்பாங்கறயா நீ? உங்காத்துக்காரரர் வருவாரா? இல்ல ஏதாவது கோச்சுப்பாரா? எனக்கு வயத்தை கலக்கறதுடியம்மா.''

"அவர் வருவார்மா. பார்க்கலாம்.'' கற்பகம் அம்மாவுக்கு தைரியம் சொன்னாள். இரவு வீட்டுக்குப் போன சந்துரு கற்பகத்தை தேடினான். உள்ளறையில் அவள் இல்லை என்றதும் மாடிக்குப் போய் பார்த்தான்.

"கற்பகம் எங்கம்மா?'' அம்மாவை எழுப்பி கேட்டான்.

"என்னைக் கேட்டா? அவப்பனைப் போய்க் கேளு!''

"என்ன சொல்ற நீ!''

"அந்த மனுஷன் என்ன நினைச்சுண்டார்?'' அப்பா எழுந்து பிள்ளையிடம் கத்தினார்.

"என்னப்பா நடந்துது?''

"பெண்ணைக் குடுத்தவன் இத்தனை திமிரா பேசி இப்பதான் பார்க்கறேன். நாம அவளை கொடுமை படுத்தறோமாம். கூட்டிண்டு போய்ட்டார். போ நீயும் ஓடு! மாமனார்க்கு கூஜா தூக்கு!"

சந்துரு அவரை முறைத்துப் பார்த்தான். "மனசைத் தொட்டு சொல்லும்மா. அந்த பொண்ணு இங்க நன்னாவா இருக்கா? நாம அவளை நன்னாவா வெச்சுண்ருக்கோம்? உட்கார இடமில்ல. படுக்க இடமில்ல. சரியா சோறில்ல. கர்ப்பிணி பெண்ணாச்சேன்னுகூட பார்க்காம அவளை விட்டு நீங்கள்ளாம் மட்டும் சமைச்சு சாப்பிடறேள்!"

"நீயும் ஒரு பொம்மனாட்டிதானே. உம் பொண்ணார்ந்தா இப்டி நடந்துப்பயா? பட்னி போடுவயா? நீ மட்டும் சாப்டுவயா? உம் பொண்ணுக்கு குழந்தை பிறந்தப்பொ எப்டி உபசாரம் பண்ணின. மறந்துட்டயா? மாட்டுப் பெண்ணை மட்டும் ஏன் யாரோன்னு நினைக்கற? இப்டி கஷ்டப்படுத்தவா ஒரு பெண்ணை கல்யாணம் பண்ணி கூட்டிண்டு வந்திருக்கோம்! நன்னா வைச்சுக்கத்தானே? அவப்பா கோச்சுண்டதுல என்ன தப்பு? அவர் முதல்லயே சொல்லலையா, வீடு போறாது, சீக்கிரமே பெரிய வீடா பார்த்து போய்டுங்கோன்னு. ஆனா அது பத்தி நா ஏதாவது பேசினா இங்க ஒருத்தரும் பிடி கொடுக்கறதில்ல.

இதுக்கு மேலயும் எனக்கு பொறுமையில்லம்மா. நா உன்னை மட்டம் தட்டல. ஆனா எனக்கு என் பெண்டாட்டி முக்கியம்! என்னை நம்பி அவா பெண்ணை கொடுத்திருக்கா. அவளை நன்னா வெச்சுக்கணும்னு நினைக்கறேன் நான். அதனால உடனே நா பெரிய வீடா பார்க்கறேன். நல்லபடியா எல்லாரும் அங்க வரதா இருந்தா வாங்கோ. இல்லன்னா என்னை விட்ருங்கோ. நா தனிக்குடித்தனம் போயிடறேன். இனிமே யாரைப்பத்தியும் நா கவலைப்படப் போறதில்ல."

சந்துரு தீர்மானமாகச் சொல்ல அவர்கள் அதிர்ந்து போனார்கள்.

***

இரவு முழுக்கத் தூங்கவில்லை சந்துரு. எப்போது விடியும் என்று காத்திருந்தான். விடிந்ததும் கீழே வந்து பல் தேய்த்துக் குளித்தான். உம்மென்ற முகத்தோடு காப்பி கலந்து நீட்ட, வேண்டாம் என்று மறுத்துவிட்டு கிளம்பினான்.

"சாப்ட வருவயோன்னோ...?"

"எம் பொண்டாட்டி இல்லாட்டாதான் சமைச்சு போடுவயா? அவளைப் பார்த்தா, பிள்ளையும் சேர்த்து பிடிக்காம போயிடறதா?"

"பார்த்தேளா இவன் பேசறதை...? பெத்த தாயார் ஒரு நிமிஷத்துல விரோதியாய்ட்டேன்."

சந்துரு விர்ரென்று வெளியேறி வாசலுக்கு வந்தபோது வாசலில் ஒரு ஆட்டோ வந்து நின்றது.

அக்காவும் அத்திம்பேரும் அவர்கள் பையனும் இறங்கினார்கள். அக்காவின் வயிறு மேடிட்டிருந்தது. இரண்டாவது கர்ப்பம் என்று சொல்லாமலே தெரிந்தது.

"வாங்கோ" அத்திம்பேரை வரவேற்றான் சந்துரு. மாப்பிள்ளை என்ற மரியாதைக்கு அவரோடு மறுபடியும் உள்ளே வந்தான்.

“யாரு தங்கமா, வா... வா... வாங்கோ மாப்பிள்ளை” மாமியார் பரபரப்பானாள்.

“நா அவசரமா போயிண்டிருக்கேன், அத்திம்பேர். நீங்க பேசிண்டிருங்கோ வந்துடறேன்.”

சந்துரு புறப்பட்டான். போஸ்டல் காலனியில் பஸ் ஏறி லஸ்ஸில் இறங்கி நடந்தான். மாமனார் வீட்டுப்படியேறும்போது லேசாய் மனம் குறுகுறுத்தது. ஏதாவது சத்தம் போடுவாரோ என்று தயங்கினான். பேப்பர் படித்துக் கொண்டிருந்த சங்கரன் மாப்பிள்ளையைப் பார்த்ததும் “வாங்கோ” என்றபடி எழுந்தார். சற்று நேரம் எதுவும் பேசவில்லை. காப்பியோடு கற்பகத்தை அனுப்பினாள் அம்மா.

“நீங்க செய்தது ரொம்ப சரிதான். எங்காத்துல எல்லாரும் இப்டி நடந்துப்பான்னு நானே நினைக்கல. எங்கம்மா நல்லவதான். எல்லா பிரச்சனையும் எங்கண்ணாவாலதான். உடனே நா வீடு பார்த்துடறேன். பெரியவான்னு மரியாதை கொடுத்துதான் பேசாம இருந்தேன். ஆனா என்னை அவா புரிஞ்சுக்கல. யார் பண்ணினாலும் தப்பு தப்புதான். நீங்க கவலைப்பட வேண்டாம். இன்னும் ஒரு வாரத்துல நா வீடு பார்த்துடறேன். கற்பகத்தை சாயங்காலம் என்னோட அனுப்பி வைங்கோ. அவ இல்லாம எனக்கு மனசு கஷ்டமார்க்கு.”

அப்பாவின் முகம் நெகிழ்ந்தது.

மாப்பிள்ளை வந்து விறைப்பாய்ப் பேசி, ‘பெண்ணை நீங்களே வைத்துக் கொள்ளுங்கள்’ என்று சொல்லிவிட்டால் என்ன செய்யப் போகிறோம் என்று பயந்தவருக்கு மாப்பிள்ளை இப்படிப் பேசியதும் மனசு நெகிழ்ந்து விட்டது. “நா உங்களை நம்பறேன். பெண் கஷ்டப்படறது தாங்கல. அதான் கூட்டிண்டு வந்தேனே தவிர, மத்தபடி எனக்கு ஒரு கோபமுமில்ல. தாராளமா அவளை சாயங்காலம் கூட்டிண்டு போங்கோ” என்றார்.

“மறுபடியும் அந்த இருண்ட குகைக்கா...?” என்று கற்பகம்தான் கலங்கிப்போனாள்.

சாயங்காலம் ஆபீஸ் விட்டுப் போகும்போது வந்து அவளையும் அழைத்துச் சென்றான் சந்துரு. இவர்கள் போனபோது மாமனார், மாமியார், நாத்தனார், அத்திம்பேர், மைத்துனர் எல்லோருமாய் மாநாடு நடத்திக் கொண்டிருந்தார்கள். இவர்கள் தலையைக் கண்டதும் பேச்சு பட்டென்று நின்று நிசப்தம் சூழ்ந்தது. காலையில் கலகலப்பாய்ப் பேசிய அத்திம்பேரும் அக்காவும் முகத்தை திருப்பிக் கொண்டார்கள். கற்பகத்திற்கு என்ன பேசுவதென்று தெரியவில்லை. ‘சௌக்யமா’ என்றாள் அக்கா அத்திம்பேரைப் பார்த்து. அக்கா முகத்தைத் திருப்பிக் கொண்டாள். அத்திம்பேர் ஒரு மாதிரி சிரித்தார். ‘சௌக்யம்தாம்மா’ என்றார். கற்பகம் உள்ளே போனாள்.

“ஏன்டா சந்துரு, பெத்த அம்மா அப்பாவை இப்படியா பேசுவா? உம் பொண்டாட்டியை யாராவது நன்னா வெச்சுக்க வேண்டாம்னா சொன்னா? அதுக்காக அம்மா அப்பாவை எடுத்தெறிஞ்சா பேசுவா...?” அக்கா சொல்ல யுத்தம் ஆரம்பித்தாள்.

“நீ சும்மா இருடி! இங்க நடந்ததெல்லாம் தெரிஞ்சாப் போல பேசாதே.”

“என்னதான் நடக்கட்டுமே. இப்பவே அதுக்காக அவளை தலைல தூக்கி வெச்சுண்டு ஆடினா, பின்னால உனக்குதான் கஷ்டம் சொல்லிட்டேன்.”

“உன்னை யாரும் மத்தியஸ்தத்துக்கு கூப்டவும் இல்ல. போதனை கேட்கவுமில்லை. நீ உன் வேலையைப் பார். வந்தோமா சிவனேன்னு நாலு நாள் இருந்தோமான்னு இருந்துட்டு போற வழியப் பார்.”

“இவனுக்கு யாரும் வேண்டாம் போல்ருக்கும்மா. என்ன இப்டி எடுத்தெறிஞ்சு பேசறான்?”

"இப்டித்தான் பேசறான். நாங்களும் கேட்டுண்ருக்கோம்."

"இவனா பேசலம்மா. எல்லாம் அவ கைங்கர்யம். அதென்னமோ உன் தலையெழுத்து! உனக்குன்னு மாட்டுப் பொண்கள் வந்து சேர்ராளே, அதைச் சொல்லு! எனக்கும்தான் கல்யாணமாகி எட்டு வருஷமாறது. இன்னிவரை எங்காத்துல வாயைத் திறந்திருப்பேனா? இவர் என்னை திறக்கத்தான் விட்ருவாரா? நானும்தானே இதைவிட பெரிய குடும்பத்துல வாக்கப்பட்டேன்? எங்காத்துல எல்லாரும் இன்னிவரைக்கும் ஒரு சின்ன சண்டை போட்டுண்டதில்லை!"

"நன்னா சொல்லுடி தங்கம்! நீ என்னை மாதிரி பயந்தாங்கொள்ளி! பெரியவான்னு மட்டு மரியாதை உள்ளவ. நா உன்னை வளர்த்த விதம் அப்டி! அதைச் சொல்லு சத்தமா... எல்லார் காதுலயும் விழட்டும்."

சந்துரு விர்ரென்று உள்ளே போனான். ஓங்கி அறைக்கதவை சார்த்திக் கொண்டான். உள்ளே கற்பகம் அழுது கொண்டிருந்தாள்.

"ஏன் இப்டி எல்லாரும் விஷமா பேசறா? நா யாரையும் எதிர்த்துகூட பேசலையே? உங்களுக்குள்ள ஒத்துமையில்லாததுக்கு எனக்குப் பழியா? உங்கம்மாக்கு இப்பொ என்ன வேணுமாம்? நா எப்டி இருக்கணும்ங்கறா? உங்க சம்பாத்தியத்தை முழுக்க போட்டு சாமானும் கறிகாயுமா வாங்கி வீட்டை ரொப்பி, ரெண்டு வேளையும் எல்லார்க்கும் சேர்த்து சமைச்சுப் போட்டு, காபியும் டீயும் கைல கொண்டு போய் கொடுத்துண்டு, சினிமா டிராமான்னு வெளில வாசல்ல போகாம, இந்த குகைக்குள்ளயே இவ மூஞ்சியைப் பார்த்துண்டு உட்கார்ந்திருந்தா என்னை நல்லவன்னு சர்டிபிகேட் கொடுப்பாளாமா? பிள்ளைகளை கண்டிச்சு வழிக்கு கொண்டுவர இவளுக்கு துப்பில்ல! என்னை எதுக்கு கரிச்சு கொட்றா? பொண்ணை அடக்கமா வளர்த்தேன்னு பீத்திக்கறாளே! பிள்ளைகளை வளர்த்திருக்கற லட்சணத்தை

எங்க போய் சொல்லி முட்டிக்கறது? என்னமோ பெரிசா இன்ஜினியருக்கும் டாக்டர்க்கும் படிக்க வெச்சு லட்ச லட்சமா சம்பாதிக்கப் பண்ணிட்டா பாருங்கோ! எங்கம்மா வளர்ப்பு சரியில்லன்னு சொல்ல!''

''ப்ஸு... சும்மா இரு கற்பகம். நீ அவாளை எதுக்கு சட்டை பண்ற? பெரிய வீடா பார்க்க வேண்டியது என் பொறுப்பு போறுமா?''

''அங்க போனாமட்டும் ஒத்துமை வந்துடுமா? உங்கண்ணா பாதி செலவை ஏத்துண்ருவாரா? நீதானே இவ்ளோ பெரிய வீடாப் பார்த்த, நீ வாடகை கொடுன்னு சொல்லிட்டா உங்களால முடியுமா?''

''அதெல்லாம் பேசிக்காம குடி போய்டுவோமா? மொதல்ல வீடு பார்ப்போம்!'' சந்துரு வேட்டியும் ஷர்ட்டும் அணிந்து வெளியில் போனான்.

''உங்களை சாப்ட வரச் சொல்றா மாமி'' நாத்தனார் பிள்ளை வந்து அழைத்தான்.

''அவரும் வந்துடட்டும். நீங்கள்ளாம் சாப்டுங்கோ.''

''அவ வரமாட்டாளாம். ஆம்படையானோடதான் சாப்டுவாளாம். நாமள்ளாம் சாப்டலாம் வாம்மா... அனாவசியமா நீ ஏன் வயசு காலத்துல பட்னி கிடந்து உடம்பை கெடுத்துக்கற? உன்னைப்பத்தி யாராவது கவலைப்படவா போறா?''

நாத்தனார் வாயைத் திறந்தாலே ஆலகாலம் கொட்டியது. விழிகளில் ஐந்து தலை சர்ப்பம் சீறியது.

''அவனும் வரட்டும் இருடி. அப்பறம் பெண்டாட்டியை பட்னி போட்டயா? நீயும் ஒரு அம்மாவான்னு குதிப்பான். நாம கூப்ட்டு அவதான் வரலைன்னா அவனுக்கு தெரியும்? பெண்டாட்டி பேச்சுதானே அவனுக்கு வேதமாய்டுத்து!''

கற்பகம் எதற்கும் பதில் பேசவில்லை. எட்டு மணிக்கு ஓர்ப்படி வந்தாள். அவள் தலை தெரிந்ததுமே நாத்தனார்

"மன்னி, எப்டியிருக்கேள் மன்னி?" என்று ஓடிப்போய் வரவேற்றாள். கட்டிக் கொண்டாள். ஆச்சரியமாய் வேடிக்கை பார்த்தாள் கற்பகம்.

"எப்டிமா இருக்க...?"

"நன்னார்க்கேன் மன்னி. உங்களைத்தான் எப்பவும் நினைச்சுப்பேன். உங்களோட சேர்ந்து சாப்டணும்னுதான் காத்துண்டிருக்கேன். வாங்கோ மன்னி சாப்டலாம்."

"வரேன் கை கால் அலம்பிட்டு வரேன்."

மாமியார் முகத்தை தோளில் இடித்துக் கொண்டாள்.

அவர்கள் எல்லோரும் சேர்ந்து உட்கார்ந்து சிரித்து சிரித்து பேசிக்கொண்டு சாப்பிட்டார்கள். கற்பகம் மெதுவாக மாடிக்கு வந்தாள். வயிறு குடைந்தது. சில்லென்று ஏதாவது குடித்தால் தேவலை போலிருந்தது. சந்துரு வந்த பிறகு லெமன் வாங்கிக் குடிக்கலாம் என்று நினைத்தபடி படுத்தாள். காற்று சில்லென்று வீசியது. இந்த ஒரு விஷயம்தான் இங்கே சுகம். இந்த மொட்டை மாடியும் இல்லாவிட்டால் அவ்வளவுதான். இன்னும் எத்தனை நாள் இந்த நரகவாசம் என்று தெரியவில்லை. காற்று இதமாய் வீச தூங்கிப் போனாள். சிறிது நேரம் கழித்து யாரோ அவளை தொட்டு அசைக்க சட்டென்று எழுந்து உட்கார்ந்தாள். ஓர்ப்படிதான்.

"ஏன் கற்பகம், நீ சாப்டலையா இன்னும்?"

"இல்ல."

"நீ சாப்ட்ருப்பன்னு நினைச்சு, அவா கூப்ட்டதும் நா பாட்டுக்கு உட்கார்ந்துட்டேன். அப்புறம்தான் தம்பி வந்து, கற்பகம் சாப்ட்டாச்சான்னு கேட்டப்பறம்தான் தெரியும், நீ சாப்டலைன்னு. போய் சாப்டு."

"ப்ஸூ. பசியில்ல மன்னி. அவர் சாப்ட்டாரா?"

"வேண்டாம்னுட்டான். இந்தா இதையாவது தின்னு."

"என்னது?"

"பக்கோடாவும் மிக்ஸரும் வாங்கிண்டு வந்தேன். எல்லார்க்கெதிர்க்கவும் குடுக்க வேண்டாம்னு பேசாம இருந்துட்டேன்."

"எதுக்கு மன்னி?"

"சாப்டும்மா. மசக்கை வாய்க்கு இதெல்லாம் வேண்டியிருக்கும். நீ கேட்டாலும் இங்க யாரும் வாங்கித் தரமாட்டா. உன் ஆம்படையான் வாங்கிக் கொடுத்தாலும் குறை சொல்லுவா. பெண்டாட்டிதாசன்னு பட்டம் கொடுத்துடுவா."

"எப்டி மன்னி, நீங்க ஏழு வருஷம் இவாளோட குடித்தனம் பண்ணினேள்? என்னால நாலு மாசம்கூட முடியலையே."

"பழகிப்போச்சு. குனிஞ்சு குனிஞ்சு போனா குட்டுவா. சரிதான் போடின்னா வெலவெலத்து போய்டுவா. உனக்காவது தம்பி சப்போர்ட்டா இருக்காரே.! எனக்கு எதுவுமில்ல. பெரிய மன்மதக்குஞ்சையும், குணக்குன்றையும் எங்கைல பிடிச்சுக் கொடுத்துட்டு, நாந்தான் அவரை பாடாப்படுத்தறாப்போல புலம்புவா. புலம்பிட்டு போகட்டும்னு விட்டாச்சு. எதிர்த்துப் பேசி என்ன ஆகப்போறது? எம் புருஷன் சரியில்லையே. என்ன செய்ய?"

"இவர் பெரிய வீடா பார்க்கறேன்னு சொல்லியிருக்கார்."

"வேஸ்ட். இதுங்க இங்கேர்ந்து நகராது."

"அப்டியா சொல்றேள்?"

"நீ வேற... உன் கல்யாணத்துக்கு முந்தியே நா மூணு வீடு பார்த்தேன். குருமாமியாம் கிட்டதான் வீடு இருக்கணும்னா அம்மாவும், அப்பாவும்... எம்புருஷன், சுத்தம்! ஸ்டேஷன் கிட்டக்க இருந்தாதான் வருவாராம். சரிதான் போங்கடான்னு விட்டுட்டேன். என்னைக் கேட்டா பேசாம நீயாவது தனியா போய் நிம்மதியா இரும்பேன். இது நவக்கிரகக் கூட்டம்மா! நவக்கிரகமாவது நன்மை செய்யும். இதுங்க அதுவும் செய்யாது.

எப்போதும் சோத்து நினைப்புதான் இதுங்களுக்கு. பணமும் செலவழியப்படாது. வயிறும் நிறையணும்னு நினைக்கும். சாப்பாடு போடற பூஜைக்கு மட்டும்தான் விழுந்தடிச்சுண்டு ஓடும். சாப்பாடு கிடையாதுன்னு சொல்லட்டும். சாமியாவது பூதமாவது, எதுக்கு பஸ் சார்ஜ் செலவழிச்சுண்டு போணும்னு பேசாம இருந்துடும்.''

''இந்த பூஜையெல்லாம் பரிசுத்தம்னா நினைக்கற! சும்மா பகல் வேஷம்!. கனகதாரா சொன்னா இங்கயும் கூரையப் பிச்சுண்டு கொட்டும்னு நினைச்சு சொல்லுமே தவிர, கனகதாராவை எந்தச் சூழ்நிலைல ஆதிசங்கரர் சொன்னார்னு யோசிக்காது. எச்சக்கையால ஈ ஓட்டாதவாளுக்கு எங்கேர்ந்து கூரையப் பிச்சுண்டு தங்கம் கொட்டும்? கூரைதான் இடிஞ்சு தலமேல விழும்... ஆனா எங்க விழறது!''

கற்பகம் சிரித்தாள். ''ஒரு ஆச்சர்யம் மன்னி!''

''என்ன?''

''அம்மாக்கு உங்களைப் பிடிக்கல. ஆனா அக்கா எப்டி அப்டி பேசறா...?''

''நீ வேற! ஸ்கூல்லேர்ந்து பழைய நோட்டும், பென்ஸிலும் ரப்பருமா கொண்டு வந்து கொடுக்கறேனே! அதுக்காகத்தான் இத்தனை வழிசலும்! அண்ணனும் தங்கையும் அப்டியே ஒரே அவதாரம்! ஓசிப்பண்டாரங்க. நீ பண்ணின புண்ணியம் ஏதோ தம்பி அவங்களைப் போல இல்ல. இந்த வீட்டுலயே ஓட்டைக் கை அதுக்குதான்! அதனாலதான் யாருக்கும் பிடிக்காது. பிசுக்கு பிடிக்கறவாளைத்தான் இங்க எல்லார்க்கும் பிடிக்கும். தாராளமா செலவு பண்றவனால ஒழுங்கா குடித்தனம் பண்ண முடியாதுன்னுவா.''

யாரோ படியேறி வரும் ஓசை கேட்டது. இருவரும் திரும்பினார்கள். சந்துருதான் வந்தது.

கற்பகம் அவனுக்கும் கொஞ்சம், பக்கோடா, மிக்ஸரைக் கொடுத்தாள்.

"அசோக் பில்லர்கிட்ட ஒரு வீடு பார்த்தேன்."

"அதுக்குள்ளயா?"

"ம்... ஃப்ரண்டு சொன்னான். உடனே ஆட்டோல போனோம். ரெண்டு ரூம். ஒரு ஹால். கிச்சன், தனி வீடு. ரெண்டாயிரத்தி ஐநூறு வாடகை. வீடு நல்லார்க்கு. எல்லார்க்கும் பஸ் வசதி இருக்கு."

"உங்கண்ணாட்ட சொல்லு. ஹார்ட்டை பிடிச்சுக்கும்." மன்னி சிரித்தாள்.

"ஏன்...?"

"இந்த வீட்டுக்கு எழுநூறு குடுக்கறோம். இதுக்கே மூக்கால அழுதுங்க. ரெண்டாயிரத்தி ஐநூறுன்னா எங்கேர்ந்து ஒத்துக்கும்...? நா என்ன கவர்னர் உத்யோகமா பார்க்கறேன்? இல்லாட்டி மதன்பூர் மகாராஜாவான்னு கேக்கும்."

"அப்புறம் என்னதான் செய்ய...?"

"நம்ம வீட்டு தேருக்கு நாலு பக்கமும் வடம்! ஆளுக்கு ஒரு பக்கம் இழுப்பாங்க...! தேர் அசங்கும்ங்கற?"

"பார்க்கலாம். முடிஞ்ச வரை முயற்சிக்கறது! இல்லாட்டி, நாங்க பாட்டுக்கு போய்கிட்டே இருப்போம்!"

"ஐ விஷ் யூ ஆல் தி பெஸ்ட்" மன்னி எழுந்து கீழே சென்றாள்.

மறுநாள் அண்ணனையும், அம்மாவையும், மன்னியையும் வீடு பார்க்க அழைத்துச் சென்றான். வாடகை என்ன என்று முதலில் சொல்லவில்லை. அம்மாவுக்கு வீடு மிகவும் பிடித்திருந்தது. 'ரொம்ப நன்னார்க்கு. காத்தும் வெளிச்சமுமா இருக்கு. இருந்தா இந்த மாதிரி வீட்டுலதான் இருக்கணும்' என்றாள். மூர்த்தி எதுவும் பேசவில்லை.

"மன்னி உங்களுக்கு பிடிச்சிருக்கா?"

“எனக்கென்னப்பா. உங்கண்ணாட்ட கேளு.”

“என்னடா சொல்ற...?”

“எனக்கு கிண்டிக்கு போக வசதிப்படாது. மாம்பலம்னா ரெண்டே ஸ்டேஷன்தான். பஸ்ஸூல்லாம் என்னால அலைய முடியாது.”

“அப்டி என்ன இது பெரிய டிஸ்டன்ஸ்...?” சந்துரு எரிச்சலோடு கேட்டான்.

மூர்த்தி ஏன் பதில் சொல்கிறான்! வழக்கம்போல இறுக வாயை மூடிக் கொண்டான்.

“என்னமோ போங்கடா. எல்லாத்துக்கும் அதிர்ஷ்டம் வேணும்” அம்மா அலுத்துக் கொண்டாளே தவிர மூர்த்தியை ஒரு வார்த்தை சொல்லவில்லை.

“ஏம்மா நீதான் சொல்லேம்மா.”

“நா என்னடா சொல்றது? அவன் உடம்பு சரியில்லாதவன். அவனால அலைய முடியாதுன்னா நாம என்ன செய்ய முடியும்?”

“சரி நானே அலையறேன். இவனுக்கு வசதியா கிண்டிலயே பார்க்கலாமா?”

“அது வேணா பாரு. ஆனா வாடகை இதே மாதிரி எழுநூறு எண்ணூறுக்குள்ளதான் இருக்கணும்.”

“ரெண்டு ரூமோட வேணும்னா வாடகை அதிகம்தான் ஆகும்.”

“என்னால முடியாது. உனக்கு வசதி வேணும்னா நீதான் வாடகை அதிகம் கொடுக்கணும். எனக்கு எப்படியிருந்தாலும் ஓ.கே. வராண்டாலகூட படுத்துப்பேன்.”

சந்துரு மன்னியைப் பார்த்தான். பரிதாபமாக அவள் சிரித்தாள். “நா சொல்லலையா?” என்றாள்.

“சரி. உன்னால எவ்ளோ வாடகை கொடுக்க முடியும் சொல்லு?”

“முன்னூறு ரூபா தருவேன். மிச்சம் எல்லாம் நீதான் போட்டுக்கணும்.”

வெறுத்துப் போயிற்று சந்துருவுக்கு. அடுத்தாற்போல் கிண்டியிலேயே ஒரு வீடு பார்த்தான். ‘எனக்கு குருமாமியாம் ரொம்ப தூரமாய்டும்’ என்றாள் அம்மா. ‘எனக்கும் பெரம்பூர் ரொம்ப டிஸ்டன்ஸ்’ என்றாள் மன்னி. வீட்டைக்கூட யாரும் பார்க்கவில்லை.

“அப்புறம் எங்கதான் வீடு பார்க்க?”

“மாம்பலத்துலேயே பாரு” என்றாள் அம்மா.

சந்துரு பொறுமையாய் மேலும் வீடுகள் பார்த்தான் ஒவ்வொன்றையும் ஏதாவது சாக்குச் சொல்லி தட்டிக் கழித்தார்கள் ஒவ்வொருவரும்.

“வாடகை அதிகம்.”

“குழாய் தண்ணி கஷ்டமாமே.”

“வெறும் குழாய் தண்ணிதானாம். கிணறே இல்லையே.”

“வீட்டுக்காரா நான்வெஜ் சாப்டுவா போல்ருக்கு!”

“கரண்ட் சார்ஜ் யூனிட்டுக்கு மூணு ரூவாயாம். கொள்ளை!”

“ஏன்டா மூர்த்தி! வாடகை அதிகம்னா எப்டி? வசதி இருக்கே. கொடுத்தா என்ன?” என்று கேட்டால் மூர்த்தியிடமிருந்து பட்டென்று பதில் வரும்.

“நா ஒண்ணும் வசதி வேணும்னு மூக்கால அழலயே. நாந்தான் சொல்லிட்டேனே. வாசல்லகூட பாயப் போட்டுண்டு படுத்துக்க நா தயார்.”

“என்னம்மா இப்படி சொல்றான்!”

“அவன் வசதியை அவன் சொல்லிட்டான். அதுல என்ன தப்பு? அவன் என்னிக்குமே காசைக் கரியாக்க மாட்டான்!”

“அப்பொ இந்த வீட்டுலயே இருந்துடலாங்கறயா?”

“ஏன் இந்த வீட்டுக்கென்ன? இத்தனை வீடு பார்த்தோமே. எல்லாத்தையும் பார்க்க பார்க்க இதுவே தேவலைன்னு தோண்றது.”

“எங்களுக்கு படுக்க இடமில்லையேம்மா.”

“உள்ளறைல உங்களை படுத்துக்க வேண்டாம்னு யாராவது சொன்னாளா?”

“அங்க எங்க இடமிருக்கு. கால் நீட்டினா பாத்திரம் இடிக்கறது. கை நீட்டினா பீரோ இடிக்கறது. டேபிள் பேன் காத்தும் போறல.”

“பார்த்தேளா, குத்தலா சொல்றான். அவனுக்கு வந்த சீலிங் பேனை நீங்க இங்க போட்டுண்டேளாம் அவனுக்கு அனுபவிக்க முடியலையாம்” அக்கா மூட்டிக் கொடுக்க சந்துரு அவளை முறைத்தான். அம்மாவை சமாதானப் படுத்தினான்.

“அய்யோ அம்மா... நா அப்படியா சொன்னேன்?”

“ஒண்ணு செய்யலாம். அப்பா சொன்னார், நாம ரெண்டு பேரும் உள்ள படுத்துக்கலாம். இவன் இங்க படுத்துக்கட்டும் பெண்டாட்டியோட.”

“சரி... அண்ணா மன்னி...?”

“அவாளைப் பத்தி நீ ஏன் கவலைப் படற? படுக்க இடமில்லன்னு அவன் ஒண்ணும் புலம்பலையே.”

“இப்ப புலம்பமாட்டான். மழைக்காலம் வந்தா என்ன செய்வான்?”

“த பார்ரா நாங்க என்னமோ செய்துக்கறோம். உனக்கு வசதியா படுக்க இடம் வேணும்ன... கொடுத்தாச்சு. அவ்ளோதானே...? அதுக்குமேல பேசாதே.”

“அப்படின்னா வீட்டை மாத்திப்பிடறோம்னு இவப்பாகிட்ட எதுக்கு சவடால் விட்டேளாம்?”

“இப்ப என்ன வேணுங்கற நீ?”

“எனக்கு இந்த வீடு பிடிக்கலப்பா. காத்தில்ல. வெளிச்சமில்ல. தண்ணி வசதியுமில்ல. கிணறு இருக்குன்னு பேரு. அதல பாதாளத்துல இருக்கு தண்ணி. நான்தான் மாடு மாதிரி இறைச்சுக் கொட்ட வேண்டியிருக்கு. என்னால முடியல. பெரிய வீடா உங்களுக்காக நா பார்த்தேன். ஆளுக்கொரு குறை சொல்லி தட்டி கழிச்சேள். பிரச்சனை பண்றதுக்குன்னே இருக்கான் உன் மூத்த பிள்ளை. அதனால நா ஒரு முடிவுக்கு வந்துட்டேன்.” சந்துரு நிறுத்த, அவர்கள் அவனையே விழித்துப் பார்த்தார்கள்.

ஆளுக்கொரு கத்தியை (நாக்கை) சுழற்றிக் கொண்டு யுத்தத்திற்கு வந்தார்கள் அம்மாவும் அப்பாவும்.

''நா சொல்லல...? கடைசில இவன் இங்கதான் வந்து நிப்பான்னு!''

''நம்ம சக்திக்கு மீறி வீடு பார்த்ததே காரணத்தோடதான்னு இப்பதானே புரியறது.''

''தனிக்குடித்தனம் போணும்னு ஆசையிருந்தா அதை நேரடியா சொல்றது? எங்க எல்லாரையும் குறை சொல்லிண்டு போவானேன்?''

''அதெல்லாம் தனிக்குடித்தனம்ங்கற வார்த்தையே இங்க சொல்லப்படாது! சேர்ந்துதான் இருக்கணும். அதுதான் மரியாதை, கௌரவம்!''

''இவன் பேசலன்னா! இவனுக்கு இப்படியெல்லாம் பேசவும் தெரியாது. யாரோ கீ குடுத்து வெச்சிருக்கா. இது பொம்மையாட்டம் பேசறது!''

''குடும்பத்தை பிரிக்கணும்ங்கற நினைப்பை மூட்டை கட்டி வெக்கச் சொல்லு உம் பொண்டாட்டிய!''

“அவ பொறந்தாத்துல மூட்டியனுப்பியிருப்பா. அதான் ஆடறதுகள்! அந்த மனுஷன் அப்பவே என்னமா குதிச்சார்! சம்பந்தியாச்சேன்னு துளி மரியாதை இல்லாம எப்டி பேசினார். குருமாமியைப் பேசினதுக்கே நா இந்த கல்யாணத்தை நிறுத்தியிருக்கணும். எம்பிள்ளை சரியில்லையே. நா என்ன செய்ய? அப்ப திரிலயே கட் பண்ணியிருந்தா இப்பொ திகுதிகுன்னு எரியுமா...?”

கற்பகம் மலைத்துப் போனாள். இப்போது அப்படி என்ன பெரிய தவறு செய்துவிட்டார்கள் என்று இப்படி பேசுகிறார்கள்! இடம் போறவில்லை என்று தனியே போவதாகச் சொன்னால் அதற்கு இவ்வளவு பேச்சா? கூட்டுக் குடித்தனம் என்ற பெயரில் இடமில்லாத இடத்தில் மூச்சு விடமுடியாமல் செத்தாலும் சாகலாமே தவிர தனிக்குடித்தனம் என்ற பெயரில் சுகமாய் இருக்க விரும்பாதே என்றால் எப்படி...? நாளைக்கு குழந்தை பிறந்தால் அதற்கு இங்கே விளையாடக்கூட இடமில்லையே, அது ஏன் புரியவில்லை இவர்களுக்கு! ஆரோக்யத்திற்கே வழியில்லாத இந்த குகையில் அந்த குழந்தையின் ஆரோக்யத்தைப் பற்றி இவர்கள் சிறிதும் நினைத்துப் பார்க்கமாட்டார்களா?

அவளுக்கு அழுகைதான் வந்தது. கூடவே இப்படிப் பேசுகிறவர்களை எதிர்த்துக்கொண்டு தனியே போக முடியுமா என்று கவலையாகவும் இருந்தது. ஆனால் நிச்சயமாக இந்த வீட்டில் இருப்பது மட்டும் அவளால் இனி முடியவே முடியாது. அதைவிட தற்கொலை செய்துகொண்டு செத்துப் போய்விடலாம். வீடு சின்னதாக இருந்தால்கூட பரவாயில்லை.

மனிதர்கள் அன்பாகவும் சிநேகமாகவும் இருந்துவிட்டால் எவ்வளவு சின்ன இடத்தில் வேண்டுமானாலும் அட்ஜஸ்ட் செய்துகொண்டு இருந்து விடலாம். ஆனால் இங்கே எல்லோரும் தான் தன் காரியம் என்று இருப்பவர்கள்.

விடியற்காலையிலிருந்து நள்ளிரவு வரை புலம்பிக் கொண்டும், பழங்கதை பேசிக்கொண்டும், தன் தம்பி தங்கை அக்காக்களை பற்றியே பீற்றிக் கொண்டும், மூத்த மாட்டுப் பெண்ணைப் பற்றி பிள்ளையிடம் குறை சொல்லிக்கொண்டும், வாயே வலிக்காதோ இவளுக்கு என்று வியக்குமளவுக்கு நாள் முழுக்க மாமியார் பேசும் பேச்சுக்கள் ஒரு சத்துமில்லாத வைக்கோல் போருக்கு சமானம். கேட்பவர்களுக்கு தலைவலிதான் மிஞ்சும். இல்லாவிட்டால் பைத்தியம் பிடித்துவிடும்.

இவள் இப்படி என்றால் பேசாமலே கழுத்தறுக்கும் மைத்துனன். அவன்தான் இந்த பிரச்சனைகளுக்கெல்லாம் காரணம். காரணம் என்பதைவிட பிரச்சனை செய்வதற்காகவே பிறவி எடுத்திருக்கிறான் அவன் என்பதுதான் சரி.

மன்னி எப்படித்தான் அவனைக் கல்யாணம் செய்து கொண்டாளோ தெரியவில்லை. ஒரு பக்கமாய் கோணிய முகமும், அட்டைக் கரியான உருவமுமாய், அவனுக்கு முகம் மட்டும் கோணவில்லை, புத்தியே கோணல். குணம் அதைவிடக் கோணல். தான் தன் சுகம்! அவனுக்கு படுக்க இடம் வேண்டாம். ஆனால் உண்ண ஒரு குண்டான் சோறு வேண்டும்.

ஆனால் அதற்கு ஒற்றைப் பைசா காசும் கொடுக்க மாட்டான். பெண்டாட்டியை இவன் குறை சொன்னால் போதும். காசு கேட்காமலே அம்மா அவனுக்கு குண்டான் குண்டானாய் வடித்துக் கொட்டுவாள். செலவில்லாமல் சோறுண்ணுவதற்காகவே கட்டினவளைத் தூற்றிக் கொண்டிருக்கும் கயவாளி அவன். அவனால்தான் எல்லா கஷ்டமுமே. ஆனால் மாமியாருக்கு அவன்தான் உசத்தி.

"எம்பிள்ளையை மாதிரி லோகத்தில் யார் இருப்பா? ஒரு கெட்ட பழக்கம் உண்டா சிகரெட், குடின்னு? பொம்மனாட்டி பின்னால சுத்தியிருப்பானா? பூஜை பூஜைன்னு அவனுக்கு சாமிகாரியமும் பூஜையும் விட்டா வேற என்ன தெரியும்?

இவனோட ஒழுங்கா வாழத் துப்பில்லாதவளை என்னன்னு சொல்ல? ஒரு பைசா அனாவசியமா செலவழிக்காம யாருக்காக மாஞ்சு மாஞ்சு சேர்த்து வெக்கறான்! எல்லாம் அந்த துடைப்பக்கட்டைக்குதானே! நாளைக்கு இவன் மண்டையப் போட்டா அத்தனையும் அந்த பேய்தானே அள்ளிண்டு போகப் போறது!. ஆம்படையான் காசு மட்டும் வேணும். ஆனா ஆம்படையான் வேண்டாம். அவனுக்கு சமைச்சு போடப்படாது. துணி தோய்ச்சு போடப்படாது. காப்பி கலந்து கொடுக்கப்படாது. எதுவும் செய்யப்படாது. ஆனா அவன் காசுக்கு மட்டும் மூக்கை நீட்டிண்டு வரும்!'' பிள்ளை செத்தால் காசு மாட்டுப் பெண்ணுக்கு போய் விடுமே என்ற ஆத்திரம்தான் அவள் பேச்சில் அதிகம் இருக்கும். இப்படி நினைப்பவர்கள் எதற்கு பிள்ளைகளுக்கு கல்யாணம் செய்து வைக்க வேண்டும் என்று தெரியவில்லை.

தனிமையில் சந்துருவிடம் கேட்டாள் அவள். ''என்ன செய்யப்போறேள்?''

''மைலாப்பூர்ல வீடு பார்க்கப் போறேன். எனக்கு ஆபீஸ் ரொம்பகிட்ட. உனக்கும் உங்கம்மாகிட்ட இருக்கறது சௌகர்யம்.''

''ஒத்துப்பாளா?''

''இவ ஒத்துக்கணும்னு காத்திருந்தா நமக்கு வயசாய்டும். குழந்தை பிறந்த பிறகு இந்த வீட்டுல இருக்க முடியுமா, சொல்லு. இங்க இருந்தா நம்பளால முன்னேறவே முடியாது கற்பகம். நீ வேலைக்கு போனாதான் நாம் இன்னும் கொஞ்சம் வசதியா இருக்க முடியும். நாலு சாமான வாங்க முடியும். நீ வேலைக்கு போனா இவா தடுக்கமாட்டா. ஆனா குழந்தையைப் பார்த்துக்கற பொறுப்பையும் ஏத்துக்கமாட்டா. தனக்கு வயசாய்டுத்துன்னுவா அம்மா. இந்த இருட்டுலயும், இவ புலம்பல்லயும் குழந்தை ஆரோக்யமா வளரும்ங்கறயா? எனக்கு நம்பிக்கையில்ல. இவா பிள்ளையைப் பத்தி இவா

கவலைப்படறதில்ல. அவன் சந்தோஷம் முக்கியம்னு நினைக்கறதில்ல. என்னால இப்டி இருக்க முடியாது. என் குழந்தைகள் நல்ல சூழ்நிலையில் வளரணும்னு நினைக்கறேன். இங்க இருந்தா அதுங்க புத்தியும் இப்டிதான் வளரும்.''

''ஆனா இவா பேசறதைப் பார்த்தா நம்மை தனியா அனுப்புவான்னு தோணலையே.''

''நா இருக்கேன் பயப்படாதே. நா இன்னிக்கு உங்காத்துக்கு போய்ட்டு வரேன். மைலாப்பூர்லயே சின்னதா ஒரு வீடு பார்க்கச் சொல்லிட்டு வரேன். கிடைக்கறவரை கொஞ்சம் பல்லைக் கடிச்சுண்டு தள்ளிடு இங்க. எதுக்கும் வாயைத் திறந்துக்காதே.''

மறுநாள் மாலை சந்துரு மட்டும் மைலாப்பூருக்குப் போனான். மாமனாரிடம் அங்கேயே வீடு ஒன்று பார்க்கச் சொல்லிவிட்டு கிளம்பினான்.

''என்ன இருந்தாலும் உங்கப்பா மனசை மாத்தறதுதான் நல்லது. நா எம்பொண்ணு, காத்தும் வெளிச்சமும் இருக்கற வீட்டுல இருக்கணும்னுதான் உங்கப்பாட்ட பிரஸ் பண்ணினேனே தவிர தனியா அனுப்பிடுங்கோன்னோ அல்லது உங்களை வந்துடுங்கோன்னோ சொல்லலை. நிறைய மனுஷா இருக்கற இடமா பார்த்துதான் நா என்னோட எல்லா பெண்களையுமே பண்ணிக் கொடுத்திருக்கேன். மனுஷா வேணும்னு நினைக்கறவன் நான்.''

''நானும் அப்டித்தான் நினைக்கறேன். ஆனா எங்காத்துல யாரும் ஒத்துவரலையே, நா என்ன செய்யட்டும்?''

''பேசிப்பாருங்கோ. உங்க சிரமத்தை எடுத்து சொல்லுங்கோ.''

''சொல்லிட்டேன் புரிஞ்சுக்கற நிலையில அங்க யாரும் இல்ல.''

''அப்டின்னா சரி, நா வீடு பார்க்கறேன். ஆனா உங்காத்துல என்னைப் பழி சொன்னா நா சும்மார்க்க மாட்டேன்.''

"அதெல்லாம் நா பார்த்துக்கறேன் யாரா இருந்தாலும் ஓரளவுக்குதான் மரியாதை! அம்மா முக்கியம்தான். அதுக்காக பெண்டாட்டியை நன்னா வெச்சுக்கப்படாதுன்னு யார் சொன்னா?" சந்துரு கிளம்பினான்.

வழக்கமாய் எட்டு மணிக்கு வந்து விடும் மன்னியை ஒன்பதாகியும் காணவில்லை. அதைப் பற்றி யாரும் கவலைப்பட்டாற்போல் தெரியவில்லை. கற்பகம்தான் 'மன்னியைக் காணலையே போய் பார்க்கறதுதானே' என்றாள் மைத்துனரிடம். அவன் பதிலும் சொல்லவில்லை போகவுமில்லை. புளி மூட்டை மாதிரி நடுக் கூடத்தில் படுத்திருந்தான். பூஜை செய்யும்போது மட்டும்தான் அவன் உட்கார்ந்திருப்பான். மற்ற நேரம் முழுக்க வியாதிக்காரன் மாதிரி படுக்கைதான். இரண்டு மூன்று முறை வாந்தி எடுத்தாள் கற்பகம். சந்துருவை இன்னும் காணவில்லை. ஒரு பன்னீர் சோடா குடித்தால் தேவலை போலிருந்தது. தொண்டை ஏதோ செய்தது. மாமியார் குரு மாமியின் வீட்டிற்கு போய் விட்டாள். மாமனாரையும் கை பிடித்து அழைத்துச் சென்றிருந்தாள். அங்கே மாநாடே நடக்கும். சந்துரு தனிக்குடித்தனம் போகப் போவதாகச் சொன்னதன் பேரில் பேச்சு வார்த்தைகள் நடக்கும். நடக்கட்டும். கற்பகம் மைத்துனரிடம் வந்தாள்.

"ஒரு பன்னீர் சோடா வாங்கித் தரேளா?"

"என்னம்மா கேட்ட...?"

"பன்னீர் சோடா வேணும்."

"வாங்கித் தரேனே..." அவன் எழுந்தான் பழைய ஷர்ட்டை மாட்டிக் கொண்டு காசுக்கு கை நீட்டினான். கற்பகத்திடம் காசு எதுவும் இல்லை. என்ன செலவு செய்கிறாள் தினமும் என்று பணம் எதுவும் சந்துருவிடம் வாங்கி வைத்துக்கொள்ளும் பழக்கமே கிடையாது அவளிடம். மிஞ்சிப் போனால் ஒன்றரை ரூபாய் பன்னீர் சோடாவுக்கு கணக்காக காசு கேட்பான்

மைத்துனன் என்று தோன்றவில்லை. கேட்ட பிறகு காசு கொடுக்காமல் குடிக்கவும் பிடிக்கவில்லை. கற்பகம் உள்ளே போய்த் தன் பெட்டியைக் குடைந்தாள். அடியில் ஏதோ சில்லறை தட்டுப்பட்டது. புது பெட்டியில் துணி வைப்பதற்கு முன் மஞ்சள் கிழங்கும் கொஞ்சம் சில்லறைகளும் அப்பா போட்டது நினைவுக்கு வந்தது. அதுதான் இது. கற்பகத்திற்கு அழுகை வந்தது. அப்பா போட்ட காசுதான் இப்போதும் அவளுக்கு பன்னீர் சோடா வாங்க உபயோகப்படப் போகிறது!

ஒன்றரை ரூபாயை எடுத்து வந்து மைத்துனரிடம் கொடுத்தாள்.

கட்டின பெண்டாட்டிக்கே காசு செலவு செய்யாதவன் தம்பியின் மனைவிக்கா செய்துவிடப் போகிறான்!

கொஞ்ச நேரத்தில் மாமனாரும் மாமியாரும் வந்தார்கள். அவர்களுடன் நாத்தனாரும் வந்தாள். கற்பகத்திடம் யாரும் எதுவும் பேசவில்லை. சாப்பிட உட்கார்ந்தார்கள். மைத்துனர் பன்னீர் சோடாவுடன் வந்தார். நாத்தனார் பையன் எனக்கு என்று பிடுங்கிக் கொண்டான். குடிக்கட்டும் என்று விட்டுவிட்டாள் கற்பகம். பிள்ளை குடிக்கும்வரை பேசாமலிருந்த நாத்தனார் அதற்குப் பிறகு அவனை முதுகில் சார்த்தினாள். "எதுக்குடா இப்டி பன்னாடையாட்டம் அலையற?"

கற்பகம் வாசலுக்கு வந்து விட்டாள். அந்த நேரம் ஒரு ஆட்டோ வந்து நின்றது. உள்ளிருந்து மன்னியும் இன்னொருவரும் இறங்கினார்கள்.

"உள்ள வந்துட்டு போங்கண்ணா" மன்னி அவரை உள்ளே அழைத்துச் செல்ல கற்பகமும் பின்னால் போனாள். அம்மாவும் அண்ணனும் அந்த ஆளை ஏற இறங்கப் பார்த்தார்கள்.

"பெரம்பூர்ல ஏதோ கலாட்டா. பஸ்ஸெல்லாம் ஓடல. இவருக்கும் மாம்பலத்துலதான் வீடு. பெரம்பூர்ல வேலை. தினம் பஸ் ஸ்டாண்டுல பார்த்து பழக்கம். அதான்

ஆட்டோல என்னையும் கூட்டிண்டு வந்து விட்டார். காப்பி சாப்பிடறேளாண்ணா?''

''வேணாம்மா படுக்கற நேரம். நா வரேன். வரேன் சார்'' அவன் புறப்பட்டான்.

''மன்னி, சாப்ட வரேளா...?''

''வேணாம்மா, நாழியாய்டுத்தேன்னு எங்கக்கா சாப்டச் சொல்லி வற்புறுத்தினா. சாப்ட்டுட்டுதான் வரேன்.''

''சரி மன்னி, நீங்க மாடிக்கு போங்கோ, நா சாப்ட்டுட்டு வந்துடறேன். உன் சின்ன மாட்டுப் பொண்ணை சாப்பிடறதானா சாப்பிடச் சொல்லும்மா'' நாத்தனார் உர்ரென்று சாப்பிட உட்கார்ந்தாள்.

''ஏம்மா, எதுக்கு இந்த டியூப்லைட் வேஸ்ட்டா எரியறது? சாப்டத்தானே போறோம்? நைட்லாம்ப் போறாது?''

''எனக்கு போறும். மத்தவாளுக்கு எப்டின்னு கேளு!''

''ஏன்டா மூர்த்தி, உனக்கு லைட் வேணுமா?''

''வேணாம்.''

நாத்தனார் கற்பகத்தின் பக்கம் திரும்பினாள். ''உனக்கு வேணுமா...? வேணும்னா போட்டுக்கோ. அப்புறம் ஆம்படையான்கிட்ட ஒண்ணுக்கு நாலா சொல்ல வேண்டாம்.''

''பரவால்ல வேண்டாம்.''

''மூர்த்தி அந்த லைட்டை நிறுத்திட்டு நைட் லாம்ப்பை போடு.''

நைட் லாம்ப் உயிரை விட்டுக்கொண்டு எரிந்தது. எரிந்தும்கூட இருட்டாய்த்தான் இருந்தது. உருவங்கள் மெலிதாய்த் தெரிய இப்படியாவது சாப்பிட வேண்டுமா என்று தோன்றியது. எதிலாவது ஏதாவது விழுந்தால்கூடத் தெரியாது. கற்பகம் சாம்பார் சாதத்தோடு வாந்தி வருகிறாற் போலிருக்கவே எழுந்து விட்டாள்.

“நானும்தான் பிள்ளையாண்டிருக்கேன். இப்படியா வாந்தி வாந்தின்னு ஒரேயடியா காட்டிக்கறேன். அப்டியே எடுத்தாலும்கூட எனக்கு யார் உபசாரம் பண்றா?”

“அய்யோ, இங்க அப்டியே உன் தம்பி உருகுவான். அவ பின்னாடியே சுத்துவான். இங்கயே இப்டின்னா. தனியா போனா அவ்ளோதான். சுயநினைவே இழந்தாலும் இழந்துடுவான். வந்தவுடனே ஆம்படையானை இப்டி தனியா கூட்டிண்டு போக உனக்கு சாமர்த்தியம் இருந்துதாடி தங்கம்?”

“வெட்டிடுவார் எங்காத்துக்காரர்.”

கற்பகம் பாத்ரூமில் அழுதாள். இவ்வளவு பேசும் மாமியார் தன் கல்யாணத்திற்குப் பிறகு கூட்டுக்குடும்பத்தில் வாழ்ந்தாளா என்றால் அதுதான் இல்லை. கல்யாணமான கொஞ்ச நாளிலேயே பட்டணத்தில் பிழைப்பு தேடி தனியே வந்து குடித்தனம் செய்தவர்கள்தான் அவர்களும். கேட்க முடியுமா?

அவர்கள் செய்தால் அதுசரி. அதையே பிள்ளை செய்தால் அது தப்பு. பிழைப்புக்காக இவர்கள் ஊர் விட்டு ஊர் வந்தது போல் இடமில்லை என்பதால் உள்ளூரிலேயே பிரிந்து இருக்கப் போகிறான் அவன். மற்றபடி சண்டையா பூசலா?

இதில் என்ன தவறென்று இத்தனை விஷம் வீசுகிறார்கள்! ஒரே வீட்டில் இருந்து கொண்டு யாராவது சாமான் வாங்கிப் போட்டால் ஒரே சமையல் இல்லையேல் மூன்று சமையல் என்று சிரிப்பாய் சிரித்துக் கொண்டு நவக்கிரகமாய் ஆளுக்கொரு திசையைப் பார்த்துக் கொண்டிருப்பதைவிட தனித்தனியே இருந்து கொண்டு அவரவர் பாட்டை பார்த்துக் கொண்டு முடிந்தால் நாள் கிழமைகளில் ஒன்றாக சேர்ந்து கொண்டு இருப்பது நல்லது என்பதை ஏன் இவர்கள் புரிந்துகொள்ள மறுக்கிறார்கள்?

மொட்டை மாடிக்கு வந்தும் அழுகை நிற்கவில்லை. அழுதழுது அப்படியே தூங்கிப் போனாள். எப்போது சந்துரு

வந்து படுத்தான் என்றுகூடத் தெரியாது. விடியும்போது தலை கனத்தது. உடம்பு குளிரில் நடுங்கியது. ரத்தமெல்லாம் சூடாயிருந்தது. முனக ஆரம்பித்தாள்.

'என்னாச்சு' என்றபடி அவளைத் தொட்டுப் பார்த்தான் சந்துரு. உடம்பு அனலாய்க் கொதித்தது.

"அடடா... இப்டி கொதிக்கறதே... டாக்டர்ட்ட போலாமா...?"

"ம்..."

"நா உன்னை மைலாப்பூர்ல விட்டுட்டு போகட்டுமா. உங்கம்மாவோட டாக்டர்கிட்ட போய்ட்டு வரயா? முடிஞ்சா நா கூட்டிண்டு வரேன். இல்லாட்டி ஒரு ஆட்டோ வெச்சுண்டு சாயங்காலம் நீயே வந்துடு சரியா?"

ம்...! கற்பகம் முனகினாள். இங்கிருந்து போனால் போதும் என்றிருந்தது.

சந்துரு கீழே வந்தான். பல்தேய்த்து விட்டுப்போய் ஒரு ஆட்டோ கூட்டி வந்தான். வீடு என்ன என்பதுபோல் பார்த்தது. "அவளுக்கு ஒரே ஜுரமார்க்கு. அவம்மாவாத்துல விட்டுட்டு போறேன். டாக்டர்ட்ட காமிச்சுட்டு சாயங்காலம் வந்துடுவா."

"ஏன்? நாங்க டாக்டர்ட்ட கூட்டிண்டு போக மாட்டோமா? இங்கேர்ந்து ஆட்டோ வெச்சுண்டு மைலாப்பூர் போகணுமா? உன் சம்பளம் முழுக்க ஆட்டோக்கு கொட்டி கொடுக்கத்தான் காணும், இப்டியிருந்தா!"

"அய்யோ அம்மா. அவளுக்கு வழக்கமா பார்க்கற ஃபேமிலி டாக்டர் அங்கதான் இருக்கா."

"அவகிட்ட காட்டினாதான் ஆச்சா? மாம்பலத்துல இருக்கற டாக்டரெல்லாம் மக்கு டாக்டரா?"

"நீ விடும்மா. அவன் சம்பளம்! அவன் செலவழிக்கறான். உனக்கென்ன விடு! நேத்தெல்லாம் உனக்கும்தான் உடம்பு சுட்டுது. உன்னை யார் கவனிச்சா?"

"கடவுளே... ஏன்டி இப்டி படுத்தறிங்க! மனுஷ ஜென்மம்தானா நீங்கள்ளாம்? பேசாம கொஞ்சம் விஷம் இருந்தா கொடுத்து எங்க ரெண்டு பேரையும் கொன்னுடுங்கோ! அப்பறம் நிம்மதியா இருங்கோ!"

சந்துரு பெரிதாய்க் கத்தியது ஆறு குடித்தனத்துக்கும் கேட்க, அம்மாவும் அக்காவும் நிலைகுலைந்து போய் கப்பென்று வாயை மூடிக்கொண்டு நகர்ந்தார்கள். குடித்தனக்காரப் பெண் ஒருத்தியின் உதவியோடு கற்பகத்தை கைத்தாங்கலாய் கீழே அழைத்து வந்து ஆட்டோவில் ஏற்றினான். காப்பிகூட குடிக்காமல் அவனும் ஏறிக் கொண்டான்.

பெண் வந்து இறங்கிய நிலையைப் பார்த்ததும் அம்மாவும் அப்பாவும் பதறிப் போனார்கள். அவளை பாய் விரித்து படுக்க வைத்துவிட்டு மாப்பிள்ளைக்கு காப்பி கலந்து கொடுத்தாள். "இங்கேயே சாப்ட்டுட்டு போகலாம். சமையல் இப்பொ ஆய்டும்."

சந்துரு மறுக்கவில்லை. அவனும் சரியாக சாப்பிட்டு எத்தனையோ நாளாயிற்று. இரண்டு நாள் முன்பு கற்பகத்திடம் அம்மா நடந்து கொண்ட விதம் கண்டு வீட்டில் சாப்பிடவே சுத்தமாகப் பிடிக்காமல் போய் விட்டது.

அன்று மதியம் கற்பகத்தின் மூக்கை ஏதோ வாசனை துளைக்க என்னவென்று எட்டிப் பார்த்தாள். மாமியார் வெல்ல தோசை வார்த்துக் கொண்டிருப்பதைப் பார்த்ததும் மசக்கை வாய்க்கு அதை ஒரு வாய் சாப்பிட மாட்டோமா என்று ஆசை வந்தது.

மாமியார் தருவாள் என்று நினைத்தாள். மாமனார்க்கு இரண்டு தோசை, தனக்கு இரண்டு, பெண்ணுக்கு இரண்டு என்று வார்த்தவள் கடைசியாக ஒரு மூன்று தோசை வார்த்து தட்டில் வைத்து மூடிவிட்டு மாவு பாத்திரத்தை தேய்க்கப் போட்டாள்.

ஒருவேளை வார்த்த தோசையை அவளை எடுத்துக் கொள் என்று சொல்லப் பிடிக்காமல் வேண்டுமானால் எடுத்து சாப்பிடட்டும் என்பதுபோல் மூடி வைத்து விட்டாளோ என்ற எண்ணத்தில் சற்று நேரம் கழித்து மூடியிருந்த தோசையில் ஒன்றை எடுக்கப் போனாள்.

"அது மூர்த்திக்கு வெச்சிருக்கு." மாமியார் வெடுக்கென்று சொல்ல கற்பகம் அவமானத்தில் முகம் சிவந்தாள். அப்படியே மூடி வைத்துவிட்டு வந்து படுத்து விட்டாள்.

அவமானம் இவளோடு போகவில்லை. அதிசயமாய் அன்று அண்ணனுக்கு முன்பு சந்துரு வீடு திரும்பி விட்டான். மூடியிருந்த தோசையைப் பார்த்ததும் கற்பகம்தான் அவனுக்காக வைத்திருக்கிறாள் என்று நினைத்து எடுக்கப்போக,

"ஏம்மா அந்த தோசை மூர்த்திக்குதானே வெச்சிருக்க?" நாத்தனாரின் குரல் சத்தமாய் ஒலிக்க கற்பகம் சைகையால் அவனை உள்ளே அழைத்தாள்.

"ஏன்...?"

"அதை எடுக்க வேண்டாம்."

"அவ சொன்னாளே, அதுக்காகவா? அது கிடக்கு. நீ தின்னயா?"

"இல்ல."

"ஏன்?"

"அவாளுக்கு மட்டும்தான் பண்ணி சாப்ட்டா. நா எடுத்து சாப்டப் போனேன். அது அண்ணாக்கு வெச்சிருக்குன்னுட்டா. அப்பறம் நா தொடலை!"

அவ்வளவுதான் சந்துரு ஆத்திரத்தோடு வெளியில் சென்று சண்டை போட நினைக்க, கற்பகம் அவசரமாய் அவனைத் தடுத்து விட்டாள்.

"விட்ருங்கோ அவா செய்யறதை எல்லாம் தப்புன்னு ஒத்துக்கமாட்டா. கத்திகத்தி உங்களுக்குதான் கெட்டபேர்"

"அதெப்டி பிள்ளையாண்டிருக்கற பொண்ணுன்னா அக்கம் பக்கம்கூட ஆசையோட எதையாவது கொடுத்து சாப்டுன்னும். அந்த அளவுக்கு கூடவா இரக்கமில்லாம...! பொண்ணுக்கு கொடுக்கத் தெரியறது! உன்னை இந்த நிலைல விட்டுட்டு எப்டி சாப்டத் தோணித்து அவாளுக்கு..."

"கேட்டு பிரயோஜனமில்ல. நீங்க எதையாவது கேட்டு வெச்சுடறேள். ஆனா கெட்ட பேர் எல்லாம் எனக்குதான், மூட்டிக் கொடுக்கறேன்னு." கற்பகம் கெஞ்சவே சந்துரு கோபத்தை அடக்கிக் கொண்டான். ஆனால் அம்மா இப்படி பொத்தி பொத்தி மூடி வைத்த தோசையை மூர்த்தி சீண்டக்கூட இல்லை என்பதுதான் வேதனை. ஆறிப்போன தோசை வேண்டாம் என்று கூறிவிட்டான்.

அதன் பிறகு அம்மா இவனிடம் கேட்டாள். "அவனுக்கு வேண்டாமாம் நீ எடுத்துக்கறயா? என்று."

"வாசல்ல ஏதாவது நாய் போனா அதுக்குப் போடு. நானும் அதுவும் ஒண்ணுதான்." சந்துரு வெடுக்கென்று சொல்ல அம்மாவின் முகம் சிறுத்துப் போயிற்று. அதிலிருந்து வீட்டில் எதுவும் சாப்பிடப் பிடிக்கவில்லை. அவனுக்கு யாரிடமும் பேசவும் பிடிக்கவில்லை.

எட்டரை மணிக்கு மாப்பிள்ளைக்கு தட்டு வைத்து பரிமாறினாள். சந்துரு சாப்பிட உட்கார்ந்தான். சங்கரன் ஆர்டருக்காக செய்திருந்த லட்டு ஒன்று முழுசாக தட்டில் வைத்தார். மாப்பிள்ளைக்காக அவசர பாயசம் செய்திருந்தார்கள். குடமிளகாய் சாம்பார் அருமையாக இருந்தது. அவியல் அதைவிட அருமையாக இருந்தது. சந்துரு வெகுநாள் கழித்து ருசிபார்த்து திருப்தியாக சாப்பிட்டான். அம்மாவும் நன்றாகச் சமைப்பாள். நன்றாகத்தான் போடுவாள். ஆனால் ஏன் இப்படி மாறிவிட்டாள் என்று தெரியவில்லை. எல்லோருமே

இப்படித்தானா...? எல்லோருக்குமே மாட்டுப் பெண் வந்ததும் பிள்ளை விரோதியாகி விடுவானா?

ஒன்பது மணிக்கு சந்துரு அலுவலகம் போனதும் அம்மா கற்பகத்தை டாக்டரிடம் அழைத்துப் போனாள்.

"மலேரியா மாதிரி இருக்கும்மா" என்றாள் டாக்டர்.

"மேற்கு மாம்பலத்துல கொசுவுக்கா பஞ்சம்?" அம்மா சிரித்தாள்.

"இப்பல்லாம் கவிதை எழுதறதில்லையா?" டாக்டர் கற்பகத்திடம் விசாரித்தபடி பிரிஸ்கிருப்ஷன் எழுதினாள்.

"எங்க டாக்டர்... முடியவேல்ல ஒரே மார்னிங் சிக்னஸ்தான். தலை தூக்க முடியல அஞ்சு மாசமாகிகூட வாந்தி நிக்கலையே."

"சில பேர்க்கு குழந்தை பிறக்கறவரை கூட வாமிட்டிங் இருக்கும்மா. கவலைப்பட ஒண்ணுமில்ல. பேபி நல்லார்க்கு. மூணு நாளாகும் ஜீரம் குறைய. பயப்பட வேண்டாம். மெடிசின் மைல்டாதான் கொடுத்திருக்கேன். தண்ணி நல்லா கொதிக்க வெச்சு சாப்டுங்க."

டாக்டர் விடைகொடுத்தாள். அம்மா கஞ்சி வைத்து கொடுத்து மாத்திரையும் எடுத்துக் கொடுத்து போட்டுக்கொள்ளச் சொன்னாள்.

மதியம் முழுக்க நன்கு தூங்கினாள். நாலு மணிக்கு அம்மாவும் கற்பகத்தின் சிநேகிதியும் அவளை அழைத்துக் கொண்டு வந்து விட மாம்பலம் வந்தார்கள். அவர்கள் வந்தபோது மாமனாரைத் தவிர வீட்டில் யாருமில்லை. அம்மா மாமனாரிடம் சௌக்யம் விசாரிக்க அவர் ஒற்றை வரியில் பதில் சொல்லிவிட்டு திரும்பி படுத்துக் கொண்டார். அம்மாவுக்கு என்ன செய்வதென்று தெரியவில்லை. வீடு முழுக்க பாத்திரங்களும் சாமான்களுமாய் பரத்தியிருந்தது. லைட் வேறு எரியவில்லை. கரண்ட் கட். கற்பகத்தின் சிநேகிதி வீட்டைப் பார்த்ததும் பயந்து போனாள்.

“எப்டி மாமி, இவளை இந்த இடத்துல விட்டுட்டு போறது! உடம்பு வேற சரியில்ல. பேசாம கூட்டிண்டே போய்டுவோமா?” என்றாள்.

“மாப்பிள்ளை தப்பா நினைச்சுப்பாரே. அவர்கிட்ட சொல்லலையே. கற்பகம் நீ இருந்துப்பயா? அப்படி ஜாஸ்தியாய்டுத்துன்னா நாளைக்கு காலம்பற அங்கேயே வந்துரு. சரியா? எனக்கு நிறைய வேலை இருக்கு. பட்சணம் எடுத்துண்டு போக ஆள் வருவா.”

“எனக்கு பயமார்க்கும்மா. இங்க இருக்கவே பிடிக்கலம்மா.” கற்பகம் அழுதாள்.

“என்னடி செய்ய...? கொஞ்ச நாள் பொறுத்துக்கோ... உங்காத்துக்காரர் இந்த அளவுக்கு உன்கிட்டே ஆசையார்க்காரே, அது நீ பண்ணின பாக்கியம். அண்ணனை மாதிரியே தம்பியும் இருந்திருந்தா...? உன் கதியை கொஞ்சம் நினைச்சப் பார்.” அம்மா கண் கலங்கியபடி கிளம்பினாள்.

கற்பகம் உள்ளறையில் படுத்துக் கொண்டாள். மாத்திரையின் வீரியம் குறைந்து போக உடம்பு மறுபடியும் தூக்கித் தூக்கிப் போட்டது. இழுத்து போர்த்திக் கொண்டாள். அப்படியும் முடியாமல் முனக ஆரம்பித்தாள். வீட்டில் ஏன் என்று கேட்க ஆளில்லை.

ஆறு மணிக்கு மாமியார் மட்டும் வந்தாள். பெண் ஊருக்குப் போய்விட்டதாக மாமனாரிடம் சொன்னாள். உள்ளறையில் இருந்தவளைப் பார்த்து எப்படியிருக்கிறது என்றுகூடக் கேட்கவில்லை.

“ஆத்துல சாமான் எதுவும் இல்ல. போய் வாங்கிண்டு வந்துடவா? பணம் தரேளா?” என்றாள் மாமனாரிடம்.

“நானும் வரேனே.”

“முடியுமா?”

"முடியும் வரேன்." அவர் எழுந்து ஷர்ட் போட்டுக் கொண்டார். மாமியார் பெரிய கூடை எடுத்துக் கொண்டாள். கற்பகத்திடம் ஒரு வார்த்தைகூட சொல்லிக் கொள்ளவில்லை. இருவரும் போய் விட்டார்கள்.

மத்தியானம் போன கரண்ட் வரவேயில்லை. வீடு முழுக்க மையிருட்டு. மெழுகுவர்த்திகூட இல்லை. கற்பகத்திற்கு பயத்திலே அடி வயிற்றை லேசாய் கலக்கிய அதே நேரம் உள்ளறையிலிருந்த சிறிய வென்டிலேட்டர் வழியாக கணீர் என்று சாவு மணி அடிக்கும் ஒலியும் சங்கூதும் ஓசையும் கேட்க தூக்கி வாரிப்போட்டது.

அந்தப் பக்கம் இருந்த குடிசைப் பகுதியில் யாரோ செத்து விட்டார்கள் போலும். கற்பகம் பயந்தடித்துக் கொண்டு வெளியில் ஓடி வர வாசற்கதவு வெளியில் தாளிடப்பட்டிருக்க இன்னும் பயம் அதிகரித்தது. அய்யோ! என்று அலறியபடி மறுபடியும் தீப்பெட்டி தேடியபடி உள்ளே வந்து காலில் ஏதோ தடுக்க, அப்படியே கீழே விழுந்தாள். பாத்திரங்கள் உருண்டன.

கற்பகம் அலறிய அலறலில் பக்கத்து போர்ஷனிலிருந்து யாரோ வந்து கதவைப் பார்த்துவிட்டு வெறுமனே தாளிட்டிருந்ததால் தாளை நீக்கி கதவைத் திறந்தார்கள். யாரோ மெழுகுவர்த்தியோடு வர கீழே விழுந்து கிடந்த கற்பகத்தை பார்த்துவிட்டு பதறினார்கள். அவளை எழுப்பி மடியில் போட்டுக் கொண்டு குடிக்க நீர் கொடுத்தார்கள். உடம்பு அனலாய் சுட்டது.

கற்பகம் ஒரு சொம்பு தண்ணீர் குடித்தாள். அவசரத்திற்கு வெந்நீர்கூட கொடுக்கத் தோன்றவில்லை. அவளை கைதாங்கலாய் அழைத்துச் சென்று மாடிப்படியில் உட்கார வைத்தார்கள். மொத்த குடித்தனமும் மாமியார் மாமனாரை திட்டித் தீர்த்தது. இப்படியும் மனுஷா இருப்பாளா என்று பொருமியது.

மாமியார் வந்ததும் பக்கத்து வீட்டு மாமி கேட்டே விட்டாள்.

"உடம்பு சரியில்லாத மாட்டுப் பெண்ணை இப்டி இருட்டுல விட்டுட்டு போயட்டேளே மாமி. உங்களுக்கே நன்னார்க்கா? பயந்து போய் கீழ விழுந்துட்டா. கதவை வேற வெளில தாள் போட்டுட்டேள். எங்ககிட்டயானம் ஒரு வார்த்தை சொல்லிட்டு போயிருக்கலாம் இல்லையா? ஏதாவது ஆகியிருந்தா என்ன பதில் சொல்லுவேள், உங்க பிள்ளைக்கும், அவப்பாவுக்கும்?"

மாமியார் லேசாய் பயந்து விட்டாள். கற்பகத்தின் அருகில் வந்து நெற்றியைத் தொட்டுப் பார்த்தாள். "ஓ ஓ...! நிஜமாவே சுடறது. நா சும்மா டிராமா பண்றான்னு நினைச்சேன்!" நீட்டி முழக்கி சொன்னவளை குடித்தனங்கள் முகச்சுளிப்போடு பார்த்தன. கற்பகம் அந்த க்ஷணம் தீர்மானித்தாள். இனி அந்த வீட்டில் இருக்கக் கூடாதென்று.

சந்துரு, சுத்தமாய் பொறுமை இழந்தான். குடித்தனங்கள் மொட்டை மாடியில் வைத்து நடந்ததை அவனிடம் கூறின. கற்பகம் அழுதாள். எனக்கு பயமார்க்கு "இனிமே இங்க இருக்க மாட்டேன். அனாதையா இங்க வாழறதைவிட எங்கம்மா மடில செத்துடறேன். என்னைக் கொண்டு போய் எங்காத்துல விட்டுடுங்கோ."

"அதான் சரி சந்துரு. இனி உங்கம்மா அப்பாவை நம்பாத. அவா உங்களை பரம விரோதியா நினைக்க ஆரம்பிச்சுட்டா. நவராத்திரிக்கு இந்த பொண்ணு ஒரு வாய் சுண்டலுக்கு ஏங்கித்து, உங்காத்துல ஒரு நாள் சுண்டல் பண்ணல. ஒருவேளை ஒருத்தருக்கு வெத்தலை பாக்கு வெச்சுக் கொடுக்கல. தான் மட்டும் போய் ஊர் முழுக்க உங்கம்மா வெத்தலை பாக்கு வாங்கிண்டு வந்தா."

"ஒருநாள் இந்த பொண்ணுக்கு வாய்க்கு ருசியா ஒரு சுண்டல் பண்ணிக் கொடுத்தா குறைஞ்சா போய்டுவா? மனசு பொறுக்காம மாடிக்கு கூப்ட்டு நாங்கதான் ரகசியமா தினமும் துளி சுண்டல் கொடுத்து சாப்டச் சொன்னோம். அப்பவே உங்கம்மாட்ட நறுக்குனு கேட்கணும் போலதான் இருந்துது. உங்களுக்கென்னன்னு கேட்பா...! என்ன பதில் சொல்ல...?"

“ஆனா இப்டி கர்ப்பிணி பெண்ணை உள்ள வெச்சு வெளில தாள் போட்டுட்டு பொறுப்பில்லாம இவா ரெண்டு பேரும் கடைக்கு போனது ரொம்ப ரொம்ப தப்பு. பயத்துல அபார்ஷன் கிபார்ஷன் ஆகியிருந்தா...? ஒரு உசிரை படைக்க அவாளால முடியுமா சொல்லு? உங்காத்து விஷயத்துல தலையிடறது தப்புதான். ஆனா பார்த்துண்டு சும்மார்க்க முடியலையே! இவ்ளோ மோசமான மனுஷாளை நா பார்த்ததேல்லப்பா. அதும் தவிர உங்கண்ணாக்கு வேற டைபாய்டுன்னாளே. நிஜமா...?”

எல்லோரும் சொல்லச் சொல்ல சந்துரு ஆடிப் போனான். தன் தாயும் தந்தையும் இந்த அளவுக்கு மனிதத்தை இழந்து விடுவார்கள் என்று அவன் நினைக்கவில்லை.

மறுநாள் காலையில் கற்பகத்தை அழைத்துக்கொண்டு கிளம்பியவனிடம் அப்பா ‘எங்கே?’ என்றார். “குடித்தனக்காரர் ஒண்ணுக்கு பத்தா சொன்னா, நம்பிடறதா? உம் பெண்டாட்டியை நாங்க அப்டி என்ன படுத்திட்டோம்? அவளுக்கு இந்த வீட்டுல ஒழுங்கா இருக்கத் தெரியல. எங்ககிட்ட ஊமை மாதிரி இருந்துண்டு பின்னாடி உன்னைத் துளைச்செடுக்கறா. நீ இப்டி நிமிஷத்துக்கொருதரம் வேட்டாத்துக்கு போய் நின்னா என் மானம்தான் போகும். ஏற்கனவே அந்த மனுஷன் துள்ளிண்டு கிடக்கார். அவாகிட்ட எங்களை விட்டுக்கொடுத்துக்கறது உனக்கு நல்லதில்ல சொல்லிட்டேன். புக்காத்து விஷயம் பொறந்தாத்துக்கு போனா யாருக்கு அசிங்கம்?”

சந்துரு பதிலே பேசவில்லை. பேசவும் பிடிக்கவில்லை. வேணும் என்கிற விஷயத்தில் கௌரவமாய் நடந்துகொள்ளாமல் வேண்டாத விஷயத்திற்கு வறட்டு கௌரவம் பார்ப்பவர்களிடம் என்ன பேச இருக்கிறது?

“போலாமா?” என்றான் கற்பகத்தை பார்த்து.

“நா இவ்ளோ சொல்றேன் போலாமாங்கறயே. புத்தி கெட்டுப் போச்சா உனக்கு.”

"இனிமே உங்களை நம்பி இவளை ஒரு நிமிஷம்கூட விட்டுட்டுப் போக நா தயாரால்ல. நா மைலாப்பூர்ல வீடு பார்க்க சொல்லிட்டேன். தனியா போணும்னு எனக்கு எண்ணத்தை இவ ஏற்படுத்தலை. நீங்கதான் ஏற்படுத்தினேள். பெண்டாட்டியை குறை சொல்லிண்டு உங்க மூத்த பிள்ளையாட்டம் உங்களுக்கு ஜால்ரா போட என்னால முடியாது. எனக்கு நிம்மதி வேணும். கால் நீட்டி படுக்க ஒரு இடம் வேணும். அதான் போக நினைக்கறேன். வீடு கிடைக்கறவரை இவ அங்கதான் இருப்பா!"

"மாமனார்க்கு ஜால்ரா போடப்போறன்னு சொல்லு. பெண்ணைக் கொண்டு வந்து விடற மாப்பிள்ளையை வேட்டாம் மதிக்காதுடா. வேட்டி தோய்ச்சு போடச் சொல்லும். போ. போய் மாமனார் மாமியார் துணியெல்லாம் தோய்ச்சுப் போடு. நாளைக்கு கால்காசுக்கு இங்க வராத. இருக்கற நிலத்தையெல்லாம் வித்து சாப்ட்டுட்டு கடனை வெச்சுட்டுப் போறேனா இல்லையா பார். என்னை யாருன்னுடா நினைச்ச...?"

"உங்க சொத்துக்கு ஆசைப்பட்டு இங்க செத்துண்ருக்க நா விரும்பல. கால் காசு என்ன உங்க கால் தூசிகூட எனக்கு வேண்டாம்."

சந்துரு அதற்குமேல் எதுவும் பேசப் பிடிக்காமல் கற்பகத்தை அழைத்துக் கொண்டு மைலாப்பூருக்கு கிளம்பினான்.

இருவரையும் பார்த்ததும் சங்கரன் வாசலுக்கு விரைந்து வந்தார்.

"எப்டியிருக்கு?"

"ஜீரம் குறையவேல்ல. அவ இங்கயே இருக்கட்டுமே. வீடு கிடைக்கற வரை. உங்களுக்கு எதுவும் சிரமமில்லையே?"

"நன்னார்க்கு கல்யாணமாய் போய்ட்டா பெத்த பெண் யாரோவாய்டுவாளா? ஆனா நீங்க சொல்றதைப் பார்த்தா அங்க ஏதோ மனஸ்தாபம் போல தெரியறது!"

“அதில்ல. அடிக்கடி கரண்ட் கட்டாயிடறது. அவாளும் பூஜை பூஜைன்னு எங்கயாவது ஓடிடறா. தனியார்க்க இவ பயப்படறா. அண்ணாக்கு வேற டைபாய்டுன்னு சொன்னா. இந்த நேரத்துல இவளுக்கு அது இன்ஃபெக்ஷன் ஆச்சுன்னா நல்லதில்லையே, அதான்.”

“அப்டின்னா சரி.”

“அப்பறம் வீடு ஏதாவது...”

“அதான் சொல்ல வந்தேன். இந்த வீட்டுக்குள்ளயே ஒரு போர்ஷன் கிடைச்சா வந்துடறேளா?”

“என்ன... இங்கயா... இங்க காலி இருக்கா...?” சந்துரு வியந்தான்.

“இது அந்தக்காலத்து வீடு. விஸ்தாரமான இடம். கீழ இந்தப் பெரிய போர்ஷனுக்கு நா குடி வந்தபோது கற்பகத்துக்கு நாலு வயசு. அப்பொ நாற்பது ரூபா வாடகை. இந்தச் சின்ன போர்ஷன்ல எங்கக்காவோட குடும்பம் இருந்தது. அவ எனக்கு முன்னாலேர்ந்து இருந்தா, அவ சொல்லிதான் நா இங்க குடி வந்தேன். உங்க கல்யாணம் முடிஞ்ச கையோட வீட்டுக்காரனோட ஒரு சின்ன தகராறு வந்து அக்கா எதிர் வீட்டுக்கு குடி போனதுதான் உங்களுக்கு தெரியுமே. இப்ப அந்த போர்ஷன்ல வீட்டுக்காரர் பிள்ளையும் மாட்டுப் பெண்ணும்தான் தற்காலிகமா இருக்கா. அவங்கிட்ட கற்பகத்தைப் பத்தி சொன்னேன். வீடு கிடைக்காம திண்டாடறான்னேன்.”

“எனக்கு ஐயாயிரம் அட்வான்ஸ் கொடுத்தா மாடில கொட்டாய் போட்ட இடத்துல ஓடு மாத்திண்டு நா அங்க போயிடறேன். கற்பகம் இங்க வந்துடட்டுமேன்னான். வீட்டுக்காரா தங்கமானவா. சின்ன வயசுலேர்ந்து பழக்கப்பட்டவா. இங்க நிக்காதே அங்க நிக்காதே ஆணி அடிக்காதேன்னு சொல்ற ஆளில்ல. மைலாப்பூர்ல வீடு கிடைக்கறதே கஷ்டம். நல்ல வீட்டுக்காரா கிடைக்கறது அதைவிட கஷ்டம்.”

"வாடகை என்ன கேப்பா?"

"அதெல்லாம் நா பேசிக்கறேன். நீங்க அட்வான்ஸ் கொடுத்துடுங்கோ. கிட்டக்கயே இருந்தா நாளைக்கு இவ வேலைக்குப் போனாலும் குழந்தை பாட்டுக்கு இங்க இருக்கும். நாங்க பார்த்துப்போம்."

"அப்பொ சரி, வீட்டுக்காரர்ட்ட பேசிடலாமா?"

"மொதல்ல பணத்தை கையில வெச்சுண்டு பேசணும்."

சந்துரு உடனே சென்று தன் பாஸ் புத்தகம் பிரித்துப் பார்த்தான். மூவாயிரத்தி ஐநூறுதான் மொத்தமே இருந்தது. மீதிக்கு என்ன செய்ய? மூவாயிரத்தை எடுத்துக் கொண்டு வந்தான். "மீதியை அடுத்த மாசம் தந்துடலாமா?" என்றான்.

"நா தரேன் ரெண்டாயிரம். எனக்கு மெதுவா கொடுங்கோ போதும்." சங்கரன் உடனே பீரோ திறந்து ரெண்டாயிரம் எடுத்துக்கொண்டு அவனையும் அழைத்துக் கொண்டு மாடிக்குப் போனார். வீட்டுக்காரரிடம் பேசினார். வாடகை நூற்றி ஐம்பது என்று தீர்மானித்துவிட்டு வந்தார்கள். கற்பகம் உள்ளுக்குள் குருவாயூரப்பனுக்கு நன்றி சொன்னாள். இனி அப்பாவோட கடைசிவரை இருந்து விடலாம். அவரை மீறி வந்து அவளை ஈ எறும்புகூட கடிக்க முடியாது.

அவள் குழந்தைகள் நல்லபடியே வளரும். வீட்டை திறந்துகூட போட்டுவிட்டு எங்கு வேண்டுமானாலும் போய் வரலாம். எல்லாவற்றையும்விட நாலு வயதிலிருந்து அவள் ஓடி விளையாடி வளர்ந்த வீடு. பக்கத்தில் அப்பா. எதிர் வீட்டில் அத்தை. சற்றுத் தள்ளி இன்னொரு அக்கா குடும்பம். சுற்றிலும் உறவுகள் நிறைந்த பாதுகாப்பான அன்பான இடம். கற்பகத்திற்கு அத்தை என்றால் மிகவும் பிரியம். கல்யாணமாகும் வரை அத்தையோடு அவள் படுக்கும் சின்ன ரூமில்தான் படுத்துக் கொண்டிருந்தாள்.

இன்று அதே ரூம் அவளுடைய போர்ஷனைச் சேர்ந்ததாகி விட்டது. அதில் மிகவும் சந்தோஷம் அவளுக்கு. யப்பாடா ஒரு வழியாய் மூச்சுத்திணறலும் இருளும் நீங்கி வெளிச்சமும் நல்ல காற்றும் பார்க்கப் போகிறாள் அவள். இனி எதிர்காலத்தைப்பற்றி திட்டமிட வேண்டும். பட்டப்படிப்பும் ஷார்ட்ஹேண்ட் இண்டரும், டைப்ரைட்டிங் ஹையரும் கொண்டு வேலை வேட்டையாடி ஜெயிக்க வேண்டும். கொஞ்சம் கொஞ்சமாய் காசு சேர்த்து அத்யாவசியப் பொருட்கள் எல்லாம் வாங்க வேண்டும். பெண் குழந்தை பிறக்க வேண்டும் என்று அவள் மிகவும் விரும்பினாள்.

அப்படிப் பிறந்தால் அருகிலிருக்கும் ரோஸரி மெட்ரிக்கில் சேர்க்க வேண்டும். கற்பகம் கனவு காண ஆரம்பித்தாள். இன்னும் பிறக்காத குழந்தைக்கு நீலகலர் பினோஃபாரமும் வெள்ளை ஷர்ட்டும் அணிவித்து வெள்ளை கான்வாஸ் ஷீ மாட்டி அழகு பார்த்தாள். இதுவரை சோகமயமாகக் காட்சியளித்த உலகம் இப்போது சந்தோஷமயமாய்த் தெரிந்தது. உலகம் கண்ணாடி! அவரவர் மனதின் நிலையை அது பிரதிபலிக்கிறது.

சாப்பிட்டு விட்டு சந்துரு போனதும் தன் புத்தகப் பெட்டியைத் திறந்தாள் அவள். கல்லூரி புத்தகங்கள், ரெக்கார்டு நோட்டுகளுக்கு இடையில் அவள் சிறுகதைகளும் கவிதைகளும் எழுதி வைத்திருந்த டைரியை எடுத்துப் பிரித்தாள். இனி நிறைய கதை எழுத வேண்டும் என்று நினைத்தாள். கர்ப்பமாயிருக்கும்போது தாய் எதைச் செய்கிறாளோ அந்த அறிவும் கலையும் குழந்தைக்கும் போய்ச் சேரும் என்பார்கள். கற்பகம் உடனே ஒரு பெயிண்டிங் போட விரும்பினாள். பெட்டியில் எப்போதும் டிராயிங் ஷீட் ஸ்டாக் இருக்கும்.

கற்பகம் படம் வரைய ஆரம்பித்தாள். புதுக்கோட்டை புவனேஸ்வரியை வரைந்து வர்ணம் தீட்டினாள். அம்பிகை உயிர்ப்போடு சிரித்தாள். கண்களில் காருண்யம் பொங்கியது.

"புவனேஸ்வரியா...? அடடா என்ன தத்ரூபம்! இவளே வந்து பெண்ணாய் பிறக்கட்டும்!" பார்த்தவர்கள் பாராட்டி வாழ்த்தினார்கள்.

சீமந்தத்திற்கு இன்னும் ஒரு மாதமிருந்தது. சீமந்தம் எங்கே வைத்துச் செய்வது என்று யோசித்தான் சந்துரு. இதைப்பற்றி கவலைப்பட வேண்டிய, எடுத்து நடத்த வேண்டிய அவன் வீட்டினர் எந்தவித அக்கறையுமின்றி இருந்தார்கள். அட்வான்ஸ் கொடுத்ததும் மரியாதைக்கு அப்பாவிடம் ஒரு வார்த்தை சொன்னார்.

"வீடு எங்க பார்த்திருக்க?"

"மைலாப்பூர்லதான்."

"மைலாப்பூர்ல எங்க?"

"கற்பகத்தோட வீட்டுலயே ஒரு போர்ஷன் கிடைச்சிருக்கு!"

"அப்டி சொல்லு! கடசில மாமனாராத்துக்கு வேலைக்காரனா போகத் தீர்மானிச்சுட்டன்னு சொல்லு! இனி உன்னைக் காப்பாத்த யாராலயும் முடியாது. என் மானம் மரியாதையெல்லாம் போக்கடிக்கறதுக்குன்னு வந்திருக்க. வெக்கமால்ல உனக்கு?"

"இவன் என்ன செய்வான்? எல்லாம் அவம்மா அப்பா வேலைதானே, பொண்ணை பக்கத்துல வெச்சுக்கணும்னே திட்டம் போட்டு காய் நகர்த்தியிருக்கா. மாப்பிள்ளையை மரப்பாச்சி மாதிரி ஆக்கிட்டா. இதுவும் சுரணை கெட்டு போய்டுத்து. என்ன செய்ய? இதெல்லாம் பார்த்துண்ருக்கணும்னு நம்ம தலையெழுத்து!" அம்மா மூக்கை சிந்திப்போட்டு அழுதாள். "இப்டி என் பிள்ளையைப் பிரிச்சு கூட்டிண்டு போறாளே! அவா பொண் அவாளுக்கு உசத்தின்னா எம்பிள்ளை எனக்கு உசத்தியில்லையா?"

"நிறுத்துடி....! அவ அவம்மா அப்பா பக்கத்துல இருக்கணும்னு நினைக்கறாப்போல இவனும் நினைச்சா

மானம் மரியாதையெல்லாம் மாமனார்ட்ட அடகு வெக்கப் புறப்படுவானா? கிட்டப் போனா எட்டிக்காயாட்டம் ஆய்டும்னு சொன்னா இவனுக்கு புரியவா போறது? போடா பேஷா போ. ஆனா ஒண்ணு மட்டும் சொல்றேன். கேட்டுக்கோ.''

“உன்னை அவா எடுபிடி ஆளாத்தான் வெச்சுக்க போறா பார். மனசு வெறுத்து போய் ஒரு நாள் நீயே இங்க வந்து கதறி அழப் போறயா இல்லையான்னு பார்க்கத்தானே போறேன். இது நடக்காட்டா என் காதை அறுத்து ஏறியறேன்!''

சந்துரு மௌனமாய் அனைத்துச் சொல்லம்புகளையும் தாங்கிக் கொண்டான். வீடு கிடைக்க இன்னும் இரண்டு மாதமாகும். மாடியில் ஓடு வேய்ந்த பிறகுதான் கீழே காலியாகும். அதன் பிறகுதான் சாமான் எடுத்துச் செல்ல முடியும். அதுவரை இங்கே திட்டு வாங்கிக்கொண்டு அவன் மட்டும் இருந்தாக வேண்டிய கட்டாயம். எனவே வாய் திறந்தால் இன்னும் ரஸாபாசமாகும். அவர்கள் வயிற்றெரிச்சலை கொட்டித் தீர்க்கிறார்கள். தீர்க்கட்டும். எந்த வழிக்கும் ஒத்து வராதது அவர்கள் தவறென்று எத்தனை முறை சொன்னாலும் அவர்களுக்குப் புரியப் போவதில்லை. ஆணுக்கு ஒரு கட்டம் வரையில்தான் அம்மா. கடைசி வரை மனைவிதான். வயதான பிறகு தாய் என்பவள் அனுசரித்துதான் போக வேண்டும்.

அப்படிப் போகாவிட்டால் பிள்ளையை இழந்துதான் ஆக வேண்டும். வேறு வழியில்லை. அம்மா மீது அவனுக்கு வெறுப்பில்லை. அவர்களுடைய பழங்கால சிந்தனைகளையும் குறுகிய மனப் போக்கையும்தான் வெறுக்கிறான். அவன் மாமனார் வீட்டுக்கருகில் குடியிருந்தால் மானம் போய்விடும் என்ற சித்தாந்தத்தை அவன் ஏற்றுக்கொள்ளத் தயாராக இல்லை. அங்கே அவன் குடிபோவதில் அவனுக்கு பல சௌகர்யங்கள் உண்டு. அதையெல்லாம் சொன்னாலும் இவர்கள் காது கொடுத்துக் கேட்கவும் மாட்டார்கள். புரிந்துகொள்ளவும்

மாட்டார்கள். எனவே மௌனமாயிருப்பதே இப்போதைக்கு சிறந்தது என்று நினைத்தான்.

சாஸ்திரிகள் சீமந்தத்திற்கு நாள் குறித்துக் கொடுத்தார்.

மைலாப்பூரிலேயே சீமந்தம் வைத்துக் கொள்வதென்று தீர்மானித்தார்கள். "சமையலுக்கு ஆள் தேவையில்லை நாங்களே பாத்துக்கறோம். சாமான் மட்டும் வாங்கினா போதும். பாத்திரம் அடுப்பு வசதியெல்லாம் இங்கேயே இருக்கு" என்றார் சங்கரன்.

"உங்கப்பா அம்மா வருவாளா?" கற்பகத்தின் அம்மா கவலையோடு கேட்டாள்.

சந்துரு சீமந்தம் பற்றி அப்பாவிடம் பேசினான். அவர் பதிலே பேசவில்லை.

"உன்னை குருமாமி வரச்சொன்னா" என்றாள் அம்மா.

"எதுக்கு?"

"எதுக்கோ. கூப்ட்டா. போய்தான் பாரேன். கல்யாணத்துக்கப்பறம் நீ அங்க வரதேயில்லையேன்னு வருத்தப்பட்டா மாமி."

சந்துரு குருமாமி வீட்டுக்குப் போனான். "வா சந்துரு" என்று வரவேற்றார்கள். கற்பகத்தைப் பற்றி விசாரித்தார்கள். காப்பி கொடுத்து உபசரித்தார்கள். பிறகு மெல்ல விஷயத்திற்கு வந்தார்கள். மாமியின் கணவர் கேட்டார்.

"மாமனாராத்துக்கே குடி போகப்போறயாமே உண்மையா?"

"ஆமா."

"அது நல்லதில்லடாப்பா. மரியாதை இருக்காது. உங்கப்பா அம்மாக்கு கௌரவக் குறைச்சல் ஏற்படுத்தறாப் போல நீ நடந்துக்கலாமா? உங்கம்மாவும் அப்பாவும் வயசு காலத்துல கண் கலங்கறாப்பல செய்யறது நல்லதில்லை சந்துரு" மாமி சொன்னாள்.

"உங்களுக்கு தெரியாது மாமி. தனியா போணும்னு எனக்கு எண்ணமில்ல. ஆனா இந்த வீடு எங்களுக்கு சௌகர்யப்படல. மாத்துங்கோன்னாலும் கேக்க மாட்டேங்கறா. அசோக் நகர்ல வீடு பார்த்தா எனக்கு கிண்டிதான் வசதிங்கறான் அண்ணன். சரின்னு கிண்டில பார்த்தா எனக்கு பெரம்பூர் தூரம்ங்கறா மன்னி. ரெண்டு பேருக்கும் பொதுவா ஒரு இடம் பார்த்தா உங்காம் கிட்டதான் வீடு பார்க்கணுங்கறா அம்மா. மூணு பேரும் மூணு பக்கமா என்னை இழுத்தா நா என்ன செய்வேன்?. எங்காத்து பிரச்சனைகள் சமுத்திரம் மாமி. அதுல அலை ஓய்ஞ்சுதான் ஸ்நானம்கறது நடக்காத விஷயம். ஒரு பெண்ணை கஷ்டப்படுத்தறதுக்கா கல்யாணம் பண்ணிண்டு வரோம்? அவ்ளோ செலவழிச்சு அவப்பா கல்யாணம் பண்ணிக் கொடுத்தது இவ கஷ்டப்படறதுக்கா...?"

"அப்டி என்ன கஷ்டப்..."

"உங்களுக்கு தெரியாது மாமி. அம்மாவோட ஒரு பக்கம்தான் உங்களுக்குத் தெரியும். இன்னோரு பக்கம் எனக்கே இப்பதான் தெரியறது!"

"அதுசரி. யாருக்கு தான் ரெண்டு பக்கம் இல்ல? உன் பெண்டாட்டிக்கு இல்லையா?"

"தாராளமா இருக்கும். அதுக்காக அவளை விட்டுட முடியுமா? விடறதுக்கா தாலி கட்டினேன்?"

"அம்மாவை மட்டும் விட்டுடலாமா?"

"யார் அம்மாவை விட்டா? தாராளமா எப்பொ வேணா அவா என்னோட வந்து இருந்துக்கலாம். அவாளை கடசி வரை வெச்சு காப்பாத்த நா இப்பவும் தயார். என்னோட வரச் சொல்லுங்கோ அவாளை. அங்க இதைவிட இடமிருக்கு. வெளிச்சமும் காத்தும் இருக்கு. ரெண்டு ரூம் இருக்கு."

"அதெப்டி மரியாதையை விட்டுட்டு அவா சம்பந்தியாத்துக்குள்ளயே குடி வருவாளா உன்னோட?"

“சம்பந்தி சம்பந்தின்னு எதுக்கு வறட்டு கௌரவம் பார்க்கணும்? அவா நடந்துக்கற விதத்துலதானே மரியாதையும் கௌரவமும் இருக்கு. பக்கத்துல போறோமே தவிர ஒண்ணாவா இருக்கப் போறோம்? தனி வாடகை, தனி வீடு, தனி சமையல் சாப்பாடு! யார் சாப்பாட்டுக்கு யார் நிக்கப் போறோம்? இவா ரெண்டு பேரும் வந்தா அவா சந்தோஷம்தான் படுவா. நீங்க நினைக்கறாப்பல இல்ல. அவப்பா ரொம்ப கண்ணியமானவர்.”

“இப்பொ அப்டிதான் தோணும் சந்துரு. ஆனா அந்த மனுஷன் பேசினா விஷம் கொட்டும். மகா முரட்டுத்தனமா பேசுவார். என்னையே என்ன பேச்சு பேசினார்னு உனக்கு தெரியாது.”

“எதுக்கு பேசினார்? எப்பொ பேசினார்?” சந்துரு வியப்போடு கேட்க. அதெல்லாம் எதுக்கு இப்பொ? மாமா பேச்சை மாற்றினார். “மொத்தத்துல நீ செய்யறது சரியில்ல சந்துரு. இதே காரியத்தை என் பிள்ளை செஞ்சிருந்தா செருப்பால அடிச்சிருப்பேன்.”

மாமா சொல்ல சந்துரு உடனே எழுந்து கொண்டான். “உங்க பிள்ளையை மாதிரி நா பொட்டையில்லை, செருப்படி வாங்க!”

“இதுக்குமேல ஒரு வார்த்தை பேசினேள், மரியாதை கெட்டுடும். உங்ககிட்ட நான் அட்வைஸ் கேட்டா சொல்லுங்கோ, போதும். அல்லது அட்வைஸ் கேக்கிறவாளுக்கு சொல்லுங்கோ. இவ்ளோ பூஜை பண்றேள் ஊரைக் கூட்டு! நீங்கள்ளாம் உண்மையாவா பூஜை பண்றேள்? ஊர்ல இருக்கறவனை எல்லாம் ஏமாத்தி பிழைக்க இது ரொம்ப சுலபமான வழி.”

“இந்த வீடும் வாசலும் எப்டி வந்ததுன்னு எனக்குத் தெரியாதா? இந்த மாதிரி எங்கம்மா மட்டும் ஊரை ஏமாத்தி பிழைச்சா நா அவளை வெட்டிப் போட்டிருப்பேன். பெரிசா பிறத்தியாருக்கு புத்தி சொல்ல வந்துட்டேள்! இப்பவும் சொல்றேன். உங்க பூஜை நிஜம்னா, உங்க நாக்குல காமேஸ்வரி

இருக்கான்னு நம்பினா என்னை நாசமாப்போன்னு சபிங்கோ! உங்க சாபம் பலிக்கறதான்னு பார்ப்போம். அப்டி பலிச்சா உங்க கால்ல காமேஸ்வரின்னு கதறிண்டு வந்து விழறேன்.''

சந்துரு ஆக்ரோஷமாகப் பேச அவர்கள் வெவெலத்துப் போனார்கள். அப்பவும் வீராப்பை விடவில்லை. ''நா என்னடா சாபம் கொடுக்கறது! நீயே புரிஞ்சுப்ப! இந்த வீடு எப்படிப்பட்டதுன்னு! அப்பறம் சொல்லு.''

''பார்க்கலாம். காமேஸ்வரி என்னை இங்க வரவழைக்கறாளா? இல்ல அவ என்னைத் தேடி இங்கேர்ந்து அங்க வராளான்னு! அப்டி அவ வந்துட்டா அதுக்கப்பறம் இந்த வீட்டுல நீங்க இருக்க மாட்டேள். பாருங்கோ. இந்த வீட்ல அதுக்கப்பறம் மணி சத்தமும் பூஜை மந்திரமும் கேட்கவே கேட்காது. உங்க பூஜை எல்லாம் பகல் வேஷம்னு கூடிய சீக்கிரமே எல்லார்க்கும் புரியத்தான் போறது!''

சந்துரு முகம் சிவக்க கத்திவிட்டு வெளியேறினான். அவர்கள் ஸ்தம்பித்துப் போனார்கள்.

சந்துரு வீட்டுக்கு வந்தான். மறுபடியும் சீமந்தம் பற்றி பேசினான்.

''குருமாமி என்ன சொன்னா?'' அம்மா கேட்டாள்.

''எங்கிட்ட வாங்கி கட்டிண்டா. இனிமே அவளைப்பத்தி பேசாதே.''

''மாமியை என்னடா சொன்ன...?''

''அவ யார் நம்பாத்து விஷயத்துல தலையிட? அதைத்தான் கேட்டுட்டு வந்தேன். மரியாதையைக் காப்பாத்திக்க சொன்னேன்.''

''சீமந்தம் எங்க வெச்சிருக்க?'' அப்பா கேட்டார்.

''அவாத்துலதான். முதல் நாளே அங்க வந்துடுங்கோ!''

“எதுக்கு, கொத்தமல்லி நறுக்கி கொடுக்கவா? உன்னாட்டம் மானங்கெட்டவன்னு நினைச்சயா எங்களையும்? அங்க வெச்சு தாராளமா நீ சீமந்தம் பண்ணு. வேண்டாங்கல. ஆனா நாங்க வருவோம்னு கனாக் காணாத.”

“பின்ன எங்க வெச்சு பண்றது? அவப்பாட்ட கல்யாணத்தின்போது நீ என்ன சொன்னன்னு நினைப்பிருக்கா? நீங்க கல்யாணத்தை ஜமாய்ச்சுட்டேள். பதிலுக்கு சீமந்தம் வந்தா நா ஜமாய்ப்பேன். சத்திரத்துல வெச்சு ஜாம் ஜாம்னு சீமந்தம் பண்ணுவேன்னு சொல்லல? சத்திரம் பார்க்கவா? ஆனா எங்கிட்ட காசில்ல. நீதான் ஜமாய்க்கணும் ஜமாய்க்கறயா?”

“நீ ஒழுங்கா சொன்ன பேச்சை கேட்டுண்ருந்தா ஜமாய்ச்சிருப்பேன்.”

“அதுசரி, படுக்க இடம் கிடையாது. யாரும் காசு போடாம வண்டி எப்டி ஓடும்னு நினைச்சுப் பாருங்கோ. அவன் ஓசில சோறு திம்பான். நா மொத்த காசையும் கொட்டிக் கொடுத்துட்டு மொட்டை மாடில படுத்துண்டா சொன்னா கேக்கற பையன்னு சர்ட்டிபிகேட் கொடுப்பேளாக்கும். எனக்கு வேண்டாம்பா எந்த சர்ட்டிபிகேட்டும். இப்ப நான் வந்தது சீமந்தத்துக்கு கூப்ட! வரதும் வராததும் உங்க இஷ்டம்.”

“நாங்க வரப்படாதுன்னுதானடா உங்க மாமனாராத்துல வெச்சு சீமந்தம் பண்ணிக்கற?”

“இங்க எங்க இடம் இருக்குங்கற?”

“இடம் இருக்கோ இல்லையோ, இங்க நடந்தாதான் நாங்க பார்ப்போம். கை நனைப்போம். இல்லாட்டி வேற எங்க வேணா வெச்சுக்கோ வரோம். மாமியாத்துலகூட இடம் தரேங்கறா. அங்க வெச்சுக்கறயா?”

“என்னால முடியாது?”

“அப்பொ உங்க மாமனாராத்துக்கு மரியாதை கெட்டுண்டு வர எங்களாலயும் முடியாது” அப்பா தீர்மானமாகச் சொல்ல

சந்துரு வெறுப்போடு கிளம்பினான். சண்டி குதிரைகளை திருத்தவா முடியும்? நாய் வாலை நிமிர்த்தவா முடியும்! விசாலமான மனசும் அன்பும் இருக்கிறவர்களானால் அவன் கஷ்டத்தை உணர்ந்து கொள்வார்கள். இவர்கள் ஆதிவாசிகள். தன் வறட்டு கௌரவம்தான் முக்கியமென்று அடம்பிடிப்பவர்கள். இவன் வழிக்கு அவர்கள் வரமாட்டார்கள். அவர்கள் வழிக்கு இவனாலும் நிச்சயமாக போக முடியாது. ஏன்டா கல்யாணம் செய்து கொண்டோம் என்று வேதனைப்படத்தான் அவனால் முடிந்தது.

"உங்கப்பா வரேன்னாரா?" சங்கரன் கேட்டார்.

"ப்ஸூ இங்க வெச்சு பண்ணினா வரமாட்டாராம்."

"அப்பறம்?"

"மாம்பலத்துலயே வெச்சுக்கச் சொல்றார். இல்லாட்டி குருமாமியாத்துல வெச்சுக்க சொல்றார்."

"உங்காத்துலயே வெச்சுக்கோங்கோ. அவா வராட்டி ஊர் உலகம் என்னைத்தான் தப்பா நினைக்கும். ஆனா குருமாமியாத்துல வெச்சுண்டா நாங்க வரமாட்டோம்."

"இல்ல. நானே அங்க போகப்படாதுன்னு வெச்சுட்டேன். மாமியையும் கூப்பிடறதா இல்ல. அப்டின்னா மாம்பலத்துலேயே வெச்சுக்க சொல்றேளா!"

"வேற வழி...?"

"இங்கேர்ந்து எல்லா சாமானையும் எடுத்துண்டு போகணும். சமையலுக்கு ஆள் போடணும். அலையணும். ஏன் எங்காத்துக்கு புரிய மாட்டேங்கறது?"

"முத்தின மூங்கில் எப்பவும் வளையாது! அவா அந்தக் காலத்து மனுஷா அவா கண்ணோட்டத்துல மாமனார் வீட்டுக்குள்ளயே குடி வந்தது மன்னிக்க முடியாத குத்தம். வேற வழியில்லாம இங்க வந்தாச்சு. இனிமே அதை பேசி

பிரயோஜனமில்ல. ஆக வேண்டியதைத்தான் பார்க்கணும் சீமந்தம் ஒரு நாள் விசேஷம்தானே! அதை அவா திருப்திக்கு ஏத்தாப்பல செய்துட்டு போறது. இதுல என்ன குறைஞ்சுடப் போறோம்?'' மாமனார் சொல்ல சந்துரு அரை மனதோடு சம்மதித்தான்.

கற்பகத்தின் அம்மா மளிகை சாமான் லிஸ்ட் எழுதிக் கொடுத்தாள். மைலாப்பூரிலிருந்தே தன் குடும்ப சாஸ்திரிகளை ஏற்பாடு செய்தார் மாமனார். பெண்ணுக்கு தான் செய்ய வேண்டிய சீர் வரிசைகளை குறைவின்றிச் செய்தார். முப்பத்தியோரு ஐந்து சுற்று முறுக்கும், லட்டுவும், பருப்புத் தேங்காயும் செய்து வைத்தார்கள்.

சந்துரு நிறைய அலைந்தான். சமையலுக்கு ஆள் ஏற்பாடு செய்தான். அரிசியிலிருந்து பருப்பிலிருந்து மளிகை சாமான் வாங்கி மூட்டை கட்டி வைத்தான். அக்கம்பக்கத்தில் ரேஷன் கார்டு வாங்கி பத்து லிட்டர் கெரஸின் வாங்கி வைத்தாள் கற்பகத்தின் அம்மா.

இரண்டு ஆட்டோவில் வைத்து முதல் நாள் அத்தனை சாமான்களையும் மாம்பலத்திற்குக் கொண்டு போனான். விடியற்காலை முகூர்த்தம் என்பதால் கற்பகத்தின் அப்பாவைத் தவிர மற்றவர்கள் எல்லோரும் முதல் நாளே வந்து விட்டார்கள். மழைக்காலம் ஆரம்பித்து விட்டதால் மொட்டை மாடியிலும் படுக்க முடியவில்லை. அக்கம்பக்க போர்ஷன்களில் எல்லாம் ஆளுக்கு இரண்டு மூன்று பேராக படுத்துக் கொண்டார்கள். சந்துருவின் அம்மா அப்பா ஒருவரிடமும் முகம் கொடுத்து பேசவில்லை.

பிரசவமாகி வீட்டுக்கு வந்திருந்த பெண்ணை விழுந்து விழுந்து சீராட்டிக் கொண்டிருந்தாள். பெண் அதற்குமேல் விழிகளில் விஷம் கக்கினாள். யாரிடமும் ஒரு வார்த்தைகூடப் பேசவில்லை. அவள் கணவன், வீட்டு மாப்பிள்ளை சீமந்தத்திற்கே வரவில்லை. நேரில் வந்து கூப்பிடவில்லையாம். சந்துரு வருத்தப்படவில்லை.

விடியும்வரை யாரும் தூங்கவில்லை. இந்த இடத்தில் சீமந்தம் நல்லபடியாய் நடக்குமா என்று கவலைப்பட்டாள் அம்மா. முதல் நாள் வந்து இறங்கினவர்களை ஒரு வாய் காப்பி குடிக்கிறாயா என்றுகூடக் கேட்கவில்லை யாரும். நல்ல காலம் எல்லோரும் சாப்பிட்டு விட்டுதான் வந்திருந்தார்கள். அம்மா எதையும் காட்டிக்கொள்ளாமல் சந்துருவின் அம்மாவிடம் குழைந்து குழைந்து பேசினாள்.

ஆனால் அவள் ஒன்று, முகத்தை திருப்பிக் கொண்டாள்; இல்லை, ஏதாவது வெடுக்கென்று சொல்லி நோகடித்தாள். அதற்குமேல் அம்மா எதுவும் பேசவில்லை. கொசுக்கடியில் இரவு முழுக்க யாரும் தூங்கவில்லை. விடியற்காலையில் பால் வாங்க கற்பகத்தின் தம்பியையும் அழைத்துக் கொண்டு கிளம்பினான் சந்துரு. பாலுக்கு பெரிய தூக்கு பாத்திரமாக எடுத்த போது அம்மா வெடுக்கென்று சொன்னாள்.

"அது என்னோட பாத்திரம். அதைத்தொடாத. இங்க எந்த பாத்திரத்தையும் எடுக்காதே. உம் பெண்டாட்டிக்குதான் அவாத்துல அண்டாவும் குண்டாவும் வாங்கிக் கொடுத்தாளே, அதுலயே சமைச்சுக்கோங்கோ."

"அதை நேத்தே சொல்லியிருக்கலாமே" சந்துரு தங்கள் பாத்திரப்பொட்டியை பரண் மேனிலிருந்து இறக்கினான். யார் யார் வீட்டு விசேஷங்களுக்கெல்லாமோ வாடகைக்குப் போன அவர்கள் வீட்டு சமையல் பாத்திரங்கள் சொந்தப் பிள்ளையின் சீமந்தத்திற்கு மறுக்கப்பட்ட கொடுமை வேறு

எங்கும் நடக்காத ஒன்று. அதுமட்டுமல்ல விடியற்காலையில் எழுந்து அம்மா ஒரு பக்கம் தேமே என்று உட்கார்ந்திருக்க, அப்பாவும் அண்ணாவும் படுத்திருந்தார்கள்.

பிரசவமான அக்கா தேவையில்லாது இப்படியும் அப்படியும் வீடு முழுக்க இரத்தத்தை சொட்டவிட்டுக் கொண்டு நடக்க, கற்பகத்தின் குடும்பம் அருவருத்துப் போயிற்று.

இப்படியும் மனிதர்களா என்று பிரமித்தார்கள். அவர்கள் செய்ய வேண்டிய வேலையெல்லாம் வந்தவர்கள் செய்தார்கள். விடியற்காலமே வந்துவிட்ட அப்பா சமையலுக்கு காய்கறி நறுக்கிக் கொடுத்தார். தம்பியும் கற்பகத்தின் பெரியப்பா பிள்ளைகளும் கார்ப்பரேஷன் பம்ப்பில் மாங்கு மாங்கென்று தண்ணீர் அடித்து நிரப்பி வைத்தார்கள். அம்மா டிகாக்ஷன் போட்டு காப்பி கலந்து கற்பகத்தின் மாமனார் மாமியார், மைத்துனர் நாத்தனார் என்று எல்லோருக்கும் கொடுக்க, அவர்களும் சிறிதும் கூச்சமோ குறுகுறுப்போ இன்றி வாங்கிக் குடித்தார்கள்.

கற்பகத்தின் அக்காக்கள் வீடு பெருக்கித் துடைத்து மாக்கோலம் போட்டார்கள்.

எப்போதும் போல் ஏழு மணிக்கு ஸ்கூலுக்கு கிளம்பி விட்டாள் மன்னி.

"இன்னிக்கு லீவு போடறதுதானே மன்னி?"

"மிட் டெர்ம். எக்ஸாம் நடக்கறதுமா. லீவு எடுக்க முடியாது. நா ராத்திரி வந்து சாப்ட்டுக்கறேன்". மன்னி வெற்றிலை பாக்கு தட்டில் ஒரு இருபது ரூபாய் வைத்து கற்பகத்திடம் கொடுத்துவிட்டுப் போய் விட்டாள்.

புகுந்த வீட்டில் எல்லோரும் பக்கம் பக்கமாய் ஒதுங்கி நிற்க வேறு வழியின்றி பெண்ணைக் கொடுத்தவர்களே வேலை செய்ய வேண்டிய நிலை. அப்பா ரகசியமாய் அம்மாவிடம் வேதனைப்பட்டார். "இப்டி ஒதுங்கி நின்னு நம்பளை வேலை

வாங்கவா இங்கதான் சீமந்தம் நடக்கணும்னு ஜபர்தஸ்த் பேசினார்! கல்யாணம் பண்ணினது போறாதுன்னு இப்போ சீமந்தமும் நம்ம தலையில!"

"இதுக்கு அங்கயே வெச்சு பண்ண சம்மதிச்சிருந்தா சமையல்காரா கூலியாவது மிஞ்சியிருக்கும். எவ்ளோ அலைச்சல்! ஆட்டோ செலவு வேற!" அம்மாவும் பதிலுக்கு வேதனைப்பட்டாள்.

"நல்ல காலம், மத்தவா விஷமா இருந்தாலும் மாப்பிள்ளையாவது நல்லபடியா அனுசரணையா இருக்காரே, அந்த வரைக்கும் சந்தோஷப்படணும்."

"அவா ஓர்ப்படிக்கு அந்த குடுப்பனையும் இல்ல. இந்த கஞ்சனோட எப்டிதான் ஏழு வருஷமா இந்த நரகத்துல வாழறாளோ?"

"அதான் வேலைக்குப் போயிடறாளே. குழந்தையும் கிடையாது. அப்பறம் என்ன?"

சமையல்கார மாமி அருகில் வந்து சமையலுக்கு உப்பு வேண்டும் என்றாள். அம்மா மளிகை சாமான் மூட்டையில் உப்பு தேடினாள். உப்பை காணவில்லை.

"உப்பு எங்கடி...?" கற்பகத்திடம் கேட்டாள்.

"வாங்கித்தே... சரியா பாரு."

"வாங்கித்து. எனக்கும் ஞாபகமிருக்கு. ஆனா எடுத்துண்டுதான் வரல. இப்ப என்ன செய்ய?"

"ஏன், இங்கேர்ந்து எடுத்துக் குடேன்." கற்பகம் சொல்லி முடிக்க மாமியார் வெடுக்கென்று சொன்னாள். "இங்கயும் உப்பு ஆய்டுத்து!" என்றாள். அவர்கள் பார்க்காத நேரத்தில் உப்பு ஜாடியைத் தூக்கி அவள் உள்ளறை பரணில் வைத்ததை கற்பகத்தின் பெரியக்கா பார்த்து விட்டாள். உப்புக்குக் கூடவா துவேஷம் என்று திகைத்தாள். உப்பு மட்டுமில்லை. எதுவுமே எடுக்க விடவில்லை. தென்னந்துடைப்பத்தைக்கூட பரணில்

எடுத்து போட்டாள். சபீனா வாங்கிக் கொள் என்றாள். சொன்னால் நம்பக்கூட மாட்டார்கள். தீக்குச்சிகூட எடுக்க விடவில்லை. அதன் பிறகுதான் கற்பகத்திற்கு மிகவும் கோபம் வந்தது. இதுநாள்வரை பொறுமையாய் மௌனமாய் அனைத்தையும் தாங்கிக் கொண்டவளின் ஆத்திரம் எல்லை கடந்தது. அப்போதும்கூட மாமியாரிடம் சண்டை போடவில்லை. அவள் வேறுவிதமாய் தன் எதிர்ப்பை காட்ட ஆரம்பித்தாள்.

சீமந்த முகூர்த்தம் முடிந்து வந்திருந்த உறவினர்கள் சாப்பிட்டு விட்டுக் கிளம்பினார்கள். 'பெண்ணுக்கு தங்க வளை போட்டிருக்காளா வளைகாப்புக்கு...?' யாரோ மாமியாரிடம் ரகசியமாய் விசாரித்தார்கள்.

"அதெல்லாம் கேக்கப்படாது. இங்க நாங்க அடிமைகள். அவா ராஜ்ஜியம்தான் நடக்கறது... நம்ப பிள்ளை சரியார்ந்தா, அதைச் செய்ங்கோ இதைச் செய்ங்கோன்னு கண்டிப்பா சொல்லி வாங்கிக் கொடுக்கலாம். இங்க அதுக்கெல்லாம் வழி ஏது? பிள்ளையே அவாளோட சேர்ந்துண்டு ஆடறது! என்னத்தை சொல்ல! எங்க தலைவிதி பார்த்துண்ருக்கோம்."

கற்பகத்தின் அக்காக்கள் காதில் விழ வேண்டும் என்றே கத்தி சொன்னாள். சந்துருவின் முகத்திற்காக அவர்கள் அதை சகித்துக் கொண்டார்கள்.

பெண் வீட்டினர் செய்ய வேண்டியதற்கு மட்டும் இப்படி நீட்டி மூழ்கி பேசிய வாய் தங்கள் வகையாக மாட்டுப் பெண்ணுக்கு என்ன செய்தது என்று கேட்டால் ஒரு மண்ணுமில்லை. வந்திருந்தவர்கள் முன்னால் நல்ல புடவைகூட கட்டிக்கொள்ளவில்லை. மாமியார் மாமனார் தன் கட்டிலை விட்டு எழுந்து உட்காரக்கூட இல்லை. மைத்துனர் அவரருகில் பாதி சாய்ந்தாற்போல் அமர்ந்திருந்தான்.

சீமந்தம் முடியும்வரை இப்படியேதான் இருந்தார்கள். சாயங்கால பூச்சூட்டலுக்கு நாத்தனார் பூ வாங்கி வைத்து தன் வகையாய் புடவை ரவிக்கை கொடுக்க வேண்டும்.

ஆனால் நாத்தனார் புடவை எடுத்தாற்போல் தெரியவில்லை. அம்மாவிடம் ரெண்டே ரெண்டு ரூபாய் கொடுத்து பூ வாங்கி வைக்கச் சொன்னாள். இரண்டு ரூபாயில் ஒரு முழம் பூ கிடைக்க பாதி பூவை சாமிக்கு வைத்துவிட்டு மீதியை கற்பகத்தின் தலையில் வைக்கச் சொல்லிக் கொடுத்தாள். ஆக அரை முழம் பூதான். அந்த வீட்டிலிருந்து சீமந்தத்திற்காக கற்பகத்திற்கு கிடைத்தது.

காரியங்கள் செய்யத்தான் யோசித்து விலகினார்களே தவிர, சாப்பிட சிறிதும் தயங்கவில்லை யாரும். இரண்டாம் பந்தியிலேயே உட்கார்ந்து கேட்டு கேட்டு வாங்கி வயணமாய் சாப்பிட்டார்கள். "பாயசம் நன்னார்க்குடா மூர்த்தி! இன்னும் ரெண்டு கிளாஸ் குடிச்சுக்கோ. கூட்டு கொஞ்சம்கூட போட்டுக்கோ." அம்மா சொல்ல பிள்ளையும் சோறு கண்ட இடம் சொர்க்கம் என்று வெட்கமின்றி வழித்து வழித்து நாலு ஆள் சாப்பாட்டை அவன் ஒருவனே சாப்பிட்டான். அது என்ன வயிறு என்று எல்லோரும் திகைத்தார்கள். அவர்கள் சோற்றினால் வளர்ந்த ஜீவன்கள். சோறு பற்றிய நினைப்பைத் தவிர அவர்களுக்கு வேறு நினைப்பே கிடையாது. உடல் வளர்ந்த அளவுக்கு அவர்கள் அறிவும் குணமும் விசாலமாய் வளரவில்லை. பார்ப்பவர்களுக்கு அவர்கள் பரம சாதுக்களாகவும் வெகுளிகளாகவும்தான் தெரிவார்கள்.

ஆனால் அவர்களுக்குள்ளிருந்த பிடிவாதமும் அழுத்தமும் விஷத்தன்மையும் கிட்டே நெருங்கிப் பழகினால்தான் தெரியும். அக்கம் பக்கம் ஒருவரோடும் அவர்களுக்கு சுமுகமான உறவில்லை. மற்றவர் கொடுப்பதை வாங்கிக் கொள்வார்களே தவிர யாருக்கும் ஒரு தூசிகூட இவர்கள் கொடுத்து விடமாட்டார்கள் தான் தன் சுகம். இதுதான் அவர்கள் தாரக மந்திரம். யாரைப் பார்த்தாலும் சந்தேகம்! யார் மீதும் அவர்களுக்கு நம்பிக்கை கிடையாது. அதனால்தான் புருஷன் பாக்கெட்டிலிருந்து பணம் எடுத்த மாட்டுப் பெண்ணுக்கே திருட்டுப்பட்டம் கொடுத்து

கௌரவித்தார்கள். அதை பிள்ளையும் ஆமோதித்ததுதான் கேவலத்திலும் கேவலம். இந்த கேவலம் வேறெந்த வீட்டிலும் நடக்காது. இப்படிப்பட்டவனோடு இன்னும் வாழும் மன்னி பாராட்டுக்குரியவள்தான். சகிப்புத் திலகம் என்று பட்டம் கொடுத்து கின்னஸுக்கு எழுதி அனுப்பலாம்.

"இன்னிக்கு ராத்திரி நீ இங்கதாண்டி தங்கணும். பல்லைக்கடிச்சுண்டு இருந்துடு என்ன?" அம்மா ரகசியமாய் சொல்ல கற்பகம் தலையாட்டினாள்.

"நாளைக்கு காலம்பற வேன் வந்துடுமாம். உன் சாமானை எல்லாம் எடுத்துண்டே வந்துடு. இப்போதைக்கு சின்ன ரூம்ல இருந்துக்கலாம். அதுக்குள்ள மாடி ரெடியாய்டும். எப்டியும் பிரசவமாகி மூணு மாசம் வரைக்கும் நீ சமைக்கப் போறதில்ல. எங்காத்துலதான் சாப்டப்போற."

"அதெப்டிம்மா. அவர் இருக்காரே! பக்கத்துலதானே இருக்கப்போறேன். முடியும் வரை நானே சமைச்சுக்கறேன். பிரசவமானப்பறம் வேணா பார்த்துக்கலாம்."

"அப்பொ நாங்கள்ளாம் புறப்படவா...?"

"ம்..."

"பட்சணத்தை வெச்சுட்டு வந்துடு."

"எதுக்கு...?"

"என்னடி கேள்வி இது! அது நா வெக்க வேண்டிய சீர். வெச்சேன். திரும்பி எடுத்துண்டு வருவாளா?"

"நா மாட்டேன்" கற்பகம் தீர்மானமாகச் சொன்னாள்.

இவர்கள் பேசிக் கொண்டிருந்தது தெரியாமல் தன் அக்கா பெண்ணுக்கு பட்சணம் எடுத்துக் கொடுக்க மாமியார் பட்சண டிரம்மை திறக்க முயல கற்பகம் வேகமாய் கிட்டே போய் டிரம்மை மூடினாள்.

"யாருக்கு பட்சணம்...?"

"ஏன்...? உனக்கு சொல்லணுமோ?"

"சொல்லத்தான் வேணும். யாருக்கு வேணும்னாலும் எங்கிட்ட கேளுங்கோ. நா எடுத்துத் தரேன். நீங்க தொடப்படாது."

"என்ன... என்ன... என்னையா தொடப்படாதுங்கற?"

"ஆமா... எல்லா விஷயத்துலயும் ஒதுங்கித்தானே நின்னேள்? இதுக்கு மட்டும் எதுக்கு உரிமை கொண்டாடிண்டு வரணும்...? உப்புலேர்ந்து சபீனா, துடைப்பம் வரை இந்த சீமந்தம் உங்க பிள்ளை செலவுலதானே நடந்துது? அப்புறம் பங்கீடு பண்ற வேலை மட்டும் உங்களுக்கெதுக்கு?"

"இந்த வீடு யாருதாம்...?"

"உங்களுதுதான்."

"ஆனா இங்க வந்து சீமந்தம் பண்ணிக்கறோம்னு நாங்க கெஞ்சினோமா? இங்க வெச்சு பண்ணினாதான் ஆச்சுன்னு நீங்கதானே பிடிவாதம் பிடிச்சேள்? போனா போகட்டும்னு உங்க விருப்பப்படி இங்கயே வெச்சுண்டோம், அவ்ளோதான். இதுக்குமேல ஏதாவது பேசினா நாறி போய்டும் ஜாக்கிரதை!"

இதுவரை வாயே திறக்காத கற்பகம் கர்ஜித்ததும் அவர்கள் சிலையாகி நின்று விட்டார்கள். கற்பகம்தானே எல்லாருக்கும் பட்சணம் எடுத்துக் கொடுத்தாள். புகுந்த வீட்டினருக்கும் நாலு முறுக்கும் லட்டுவும் பருப்புத் தேங்காய் உடைசலும் எடுத்து வைத்துவிட்டு மிச்சத்தை எடுத்து உள்ளறையில் தன் சாமான்களோடு பத்திரமாய் வைத்தாள். மளிகை சாமான்களின் மிச்சத்தைகூட பொட்டலங்களாய் கட்டி எடுத்து வைத்துக் கொண்டாள்.

அவள் புருஷன் கஷ்டப்பட்டு கடன் வாங்கி செலவு செய்திருக்கிறான். இந்த நிலையில் எந்த சாமானையும் விட்டுவிட்டு வர அவள் தயாராயில்லை. அப்படியும் மீதமாகியிருந்த ஐந்து லிட்டர் கெரஸினை அவசரமாக எடுத்து தன் பெரிய கேனில் கொட்டிக் கொண்டு காலி டின்னை அவள்

சாமானோடு சாமானாக வைத்தாள் மாமியார். கற்பகத்திற்கு ஆத்திரம் பொங்கியது. ஆனால் சந்துரு அடக்கி விட்டான். "போனாப் போகட்டும் விடு. அஞ்சு லிட்டர் கெரஸின் தானே விட்டுத் தள்ளு" என்றான்.

அன்றிரவு பல்லைக் கடித்துக் கொண்டு அங்கேயே இருந்தாள். அதுதான் அந்த நரகத்தில் அவளுடைய கடைசி இரவு. இந்த இரவு கடந்து போய்விட்டால் இனி அவளுக்கு பிரகாசமான விடியல்தான். இனி, வாய்விட்டு சிரிக்கலாம். கள்ளக் குரலில் பாட்டு பாடலாம். கவிதை எழுதலாம். கதை எழுதலாம். படம் வரையலாம். நிம்மதியாய்த் தூங்கலாம். நினைத்தபோது சாப்பிடலாம்.

சுதந்திரக் காற்றை ஆழ்ந்து சுவாசிக்கலாம். சந்தோஷத்தில் இரவு முழுக்க தூங்கவில்லை. விடிந்ததும் வேன் வந்து விட்டது. சந்துரு சாமான்களை ஏற்றினான். தெருவே வேடிக்கை பார்த்தது. மாமியார் முகத்தில் ஈயாடவில்லை. யாரும் பேசவில்லை. சாமான் ஏற்றிய வேனிலேயே கற்பகமும் அவனும் ஏறிக் கொண்டார்கள்.

"எங்காத்துக்கு நீங்க எப்பொ வேணா வரலாம். எனக்கு இடம் பத்தலன்னு நா தனியா போறேன், அவ்ளோதான். துவேஷத்தை விட்டுட்டு எங்களை புரிஞ்சுக்க முயற்சி பண்ணுங்கோ." சந்துரு சொல்லிவிட்டு வண்டியை எடுக்கச் சொன்னான்.

வண்டி மைலாப்பூர் நோக்கி விரைந்தது.

ஒரு வழியாய் கற்பகத்திற்கு சுதந்திரம் கிடைத்துவிட்டது. ஆனால் அவள் ஓர்ப்படிக்கு? இவர்கள் தனியே வந்த பிறகுதான் அங்கே இன்னும் பிரச்சனை பெரிதாயிற்று.

❋❋❋

சந்துருவின் அப்பா தன் மூத்த பிள்ளையை திட்டு திட்டென்று திட்டித் தீர்த்தார்.

"எல்லா எழவும் இவனாலதான்! இவன் ஒழுங்கா இருந்திருந்தா இந்த குடும்பம் இப்டி பிரியுமா? இவ்ளோ அவமானம்தான் வந்திருக்குமா? நா என்ன கெட்டவனா? சோறு போட மனசில்லாதவனா? இல்ல யாருக்கும் எதுவும் செய்யாதவனா? எம் மானம் மரியாதையெல்லாம் இந்த எழவெடுத்தவனால போயே போய்டுத்து... த பார்ரா! இத்தனை நாள்தான் காசு நீ கொடுக்கறதா அவன் கொடுக்கறதான்னு சண்டை போட்டேள். இனிமே அந்த பிரச்சனையேல்ல. நீதான் மூத்தவன். எங்களை வெச்சு காப்பாத்த கடமைப்பட்டவன். எங்களுக்கு சோறு போடறது இனி உன் கடமை. இனி ஒரு பைசா நா செலவுக்கு தரமாட்டேன். எல்லாத்தையும் நீதான் பார்த்துக்கணும் சொல்லிட்டேன்."

அப்பா சொல்ல மூர்த்தியின் முகம் வெளிறிப் போயிற்று. அவன் பலமாக யோசிக்க ஆரம்பித்து விட்டான். நிச்சயம் திடீரென்று எல்லா செலவையும் ஏற்றுக்கொள்ள அவனால் முடியாது. இத்தனை நாள் நானா நீயா என்ற போட்டியில் ஒரு பைசா கொடுக்காமல் சாப்பிட்டாகி விட்டது. இப்போது

மொத்த செலவும் ஏற்றுக்கொள் என்கிறார் அப்பா. நிச்சயம் அவனுக்கு அதற்கு மனமில்லை. பெண்டாட்டி ரூபாய் எதுவும் கொடுப்பாளா தெரியவில்லை. இத்தனை நாள் அவளைக் கரித்துக் கொட்டிவிட்டு இப்போது காசு கேட்டால் எவள் கொடுப்பாள்? அப்படியானால் இந்த பிரச்சனைக்கு இனி என்ன வழி? அவனும் தனியே போய் விடுவதுதான் சரி என்று தோன்றியது அவனுக்கு. அதன் முதல் கட்டமாக வெகுநாள் கழித்து தன் மனைவியோடு ஆசையாகப் பேச ஆரம்பித்தான். அவளை சினிமாவுக்கு அழைத்துச் சென்றான். பூ வாங்கிக் கொடுத்தான். அதற்கே அவள் உருகிப் போனாள்...

"நாமளும் தனியா போய்டலாமா?" என்றான் இரவுக் கூடலுக்குப் பின்.

"எங்கே... கிண்டிக்கா... என்னால முடியாது."

"சரி, உங்க ஸ்கூல் பக்கமே வீடு பாரு. நா வரேன்."

"வேணாம்பா. இப்ப வந்துட்டு அப்பறம் என் பிராணனை வாங்குவேள்."

"இல்ல வாங்க மாட்டேன். ஆனா நீ உன் சம்பளத்தை குடுத்துடுவாயா? இல்லாட்டி கஷ்டம்."

"குடுத்துட்டா போச்சு. அதுசரி திடீர்னு என்ன? தம்பி தனியா போனப்பறம்தான் புத்தி வந்துதா?"

"எனக்கு ஒழுங்காச் சமைச்சு போடுவயா? ஸ்கூல்தான் கிட்டக்க ஆய்டுமே!"

"முதல்ல வீடு கிடைக்கட்டும். அதுசரி அப்பா அம்மா...?"

"தம்பியோட போயிருக்கட்டுமே. அங்க கொஞ்ச நாள். நம்மகிட்ட கொஞ்சநாள். ஆனா நம்மகிட்ட வரமாட்டா பார்"

"எப்டி சொல்றேள்?"

"உன் சமையல் ருசி அப்டியாச்சே! என் தலைவிதி சாப்ட்டுதான் ஆகணும்! அவாளுக்கென்ன தலையெழுத்து? வரமாட்டா."

"இந்த பேச்சு மாறாதே. அப்பொ வீடு பார்த்துடலாமா?"

"பார்த்துடு" அவன் தீர்மானமாகச் சொன்னான்.

பள்ளிக்கு வரும் பெற்றோர்கள் சிலரிடம் சொல்லி வைத்து வீடு பார்க்க ஆரம்பித்தாள். ஆனால் வீடும் வசதியாக வேண்டும், வாடகையும் குறைச்சலாக இருக்க வேண்டும் என்று கண்டிஷன் போட்டான். எனவே லேசில் வீடு கிடைக்கவில்லை. இதற்கிடையில் ஏழு வருடங்கள் கழித்து அவள் கர்ப்பமடைந்தாள். ஆனால் அதற்காக யாரும் சந்தோஷப்பட்டு விடவில்லை. குழந்தை செலவு வைக்கும் என்கிற ரீதியில்தான் நினைத்தான் மூர்த்தி.

அவன் வீடு பார்க்கும் விஷயமெல்லாம் தெரியாமல் வழக்கம்போல் அம்மா மாட்டுப் பெண்ணைப் பற்றி குறை சொல்லிக் கொண்டுதான் இருந்தாள். இப்போது இன்னும் கொஞ்சம் தீவிரமாக.

"ஏன்டா மூர்த்தி! இவளைப் பார்க்க அடிக்கடி அந்த ஆட்டோ அண்ணா வீட்டுக்கு வந்துட்டு போறான். எனக்கு பிடிக்கலப்பா. சொல்லிட்டேன். அண்ணா அண்ணான்னு எவங்கிட்டயோ என்ன வழிசல் வேண்டியிருக்கு? இனிமே அவன் இங்க வரப்படாது பேசப்படாதுன்னு உம் பெண்டாட்டிகிட்ட சொல்லி வை."

மூர்த்தி பதிலே சொல்லவில்லை. எதன் மீதோ மழை பெய்வதுபோல் படுத்துக் கிடந்தான். மனைவி வந்ததும் டக்கென்று எழுந்தான். "வீடு கிடைச்சிடுத்து" என்றாள் அவள் மெல்லிய குரலில்.

"என்னிக்கு போலாம்?"

"நாளைக்கே நாள் நன்னார்க்காம்."

"அப்பொ அப்பாட்ட மெதுவா பேசிடவா?"

"பேசுங்கோ."

இரவு சாப்பாட்டுக்குப் பின் மூர்த்தி அப்பாவிடம் பேசினான்.

"அவளால இங்கேர்ந்து போக முடியலையாம்ப்பா. பஸ்ஸில் அவ்ளோ தூரம் போய்ட்டு வரது கெடுதலாம், டாக்டர் சொல்றா. அதனால..."

"என்ன அதனால... கார் வாங்கித் தரணுமா உன் பெண்டாட்டிக்கு?"

"அதில்லப்பா. பெரம்பூர்லயே ஒரு வீடு பார்த்திருக்காளாம்."

"அவளுக்கு மட்டுமா... இல்ல உனக்கும் சேர்த்தா? இல்ல எல்லாருக்குமா?"

"அது... சின்ன இடம்தாம்ப்பா. நாலு பேர்க்கு காணாது. ஒரு ரூம் ஒரு கிச்சன்தான். அதுக்கு மேல வாடகை கொடுக்க என்னால எப்டி முடியும்?"

அவன் பேச்சு கேட்டு அப்பா அதிர்ந்து போனார். சின்னவனாவது எப்போது வேண்டுமானாலும் வந்து விடுங்கள் என்று அழைத்தான். இவனோ நாலு பேருக்கு இடம் இருக்காது என்று பட்டென்று சொல்கிறான்!

என்ன பிள்ளைகள்! சின்னவனைச் சொல்லி குற்றமில்லை. பாவம் அவனும் எத்தனை வீடு பார்த்தான்! யாரும் ஒத்துப்போகவில்லை அப்போது. எனவே அவன் தனியே போனாள். அவன் தனியே போனதும் எங்கே மொத்த செலவும் தன் தலையில் விழுந்து விடுமோ என்று பயந்து இவனும் பெண்டாட்டியைக் காரணம் காட்டி தனியே போக நினைக்கிறான்.

என்னதான் அம்மா அம்மா என்றாலும் கடைசியில் இவனும் பெண்டியாத்தா பெரியாத்தா என்று கிளம்பிவிடத்தான் துடிக்கிறான்.

இவனை நம்பி அவர்கள் போனால் இந்த கஞ்சப் பிரபு ஒரு வேளை சோறு போடக்கூட மூக்கால் அழுவான்.

அவருக்கு கோபம் வந்தது. "போயேண்டா! உன்னை மட்டும் போக வேண்டாம்னு சொல்ல நாங்க யார்? உன் பாட்டை பார்த்துண்டு நீயும் போ. இனிமேயானம் பொறுப்போட குடித்தனம் பண்ணு!"

"என்னடா மூர்த்தி இது...? நீயும் இப்டி போறேன்னா எப்டிடா" அம்மா அழ அப்பா அவளையும் கத்தினார்.

"எல்லாம் உன்னால தாண்டி! இவனுக்கு பரிஞ்சு பரிஞ்சு பேசித்தானே அவனை விரட்டியடிச்ச? இப்பொ இவன் உன்னைக் கொண்டாடவா செய்யறான்! விட்டுட்டு போகத்தான் பார்க்கறான். இந்த அப்பங்காளைக்கு போய் பரிஞ்சு பேசினயோன்னோ, உனக்கு நன்னா வேணும். இனிமே என்ன? நிம்மதியா இரு. கரிச்சுக் கொட்டதான் மாட்டுப் பெண்கள் யாருமில்லையே! இனி வாயே திறக்க மாட்டா உங்கம்மா. சத்தமாவது குறையும். எங்களைப் பத்தி கவலைப்படாதீங்கோ யாரும். ஒத்தை பைசா உங்களுக்கு வெச்சுட்டு போக மாட்டேன். மூலக்கடை நிலத்தை வித்து சாப்ட்டுட்டு போய்ச் சேருவேன்!"

அப்பா சொல்ல மூர்த்தியின் முகம் சுருங்கியது. பெரம்பூரில் அவன் வீடு பார்க்க சொன்னதே அந்த நிலத்தை குறி வைத்துதான். மெல்ல அப்பா மனதை மாற்றி அந்த இடத்தில் சின்னதாக ஒரு வீடு கட்டிவிடலாம் என்று நினைத்தான் அவன்.

"நீ தப்பா புரிஞ்சுண்ருக்கப்பா. இப்போதைக்கு இந்த வீடுதான் கிடைச்சிருக்கு. அங்க போயிருந்துண்டு இன்னும் கொஞ்சம் பெரிய வீடா பார்த்துட்டு உங்களை கூட்டிண்டு போயிடறேன்னு சொல்லத்தான் வந்தேன். அதுக்குள்ள கத்தறயே. தம்பியை மாதிரி பொறுப்பில்லாம நா போய்டுவேனா?"

அவன் பேச்சை அப்பா நம்பத் தயாராக இல்லை. ஆனால் அம்மா நம்பினாள். உடனே முகம் மலர்ந்தாள்.

“அதான பார்த்தேன்!” என்றாள். தானே போய் பால் காய்ச்சி கொடுத்துவிட்டு வந்தாள். அடுத்த நான்காம் நாள் பெரியவன் சாமானும் வண்டியேறிற்று. இப்போது அடைசலின்றி வீடு பெரிதாய்த் தோன்றியது. “இந்த வீட்டுக்கென்ன குறைச்சல்? அதுகளுக்கு புத்தியில்ல. போயிடுத்து” என்றாள் அவள். அப்பா நிலத்தை விற்க ஆள் பார்க்கத் தொடங்கினார்.

அண்ணனும் தனியே போய்விட்டான் என்றறிந்ததும் சந்துரு மாம்பலத்திற்கு ஓடினான். அம்மா முகத்தை திருப்பிக் கொண்டாள்.

“இன்னும் என்னப்பா? பேசாம என்னோட வந்துடுங்கோ.”

“நா சொன்னா சொன்னதுதான். நீ மாமனார் வீட்ல இருக்கற வரை நா அங்க வந்து இருக்கமாட்டேன். எனக்கு மரியாதை முக்கியம். ஆனா இப்போ எனக்கு உன் பேர்ல கோவமில்ல. வேணும்னா எப்பவாவது வந்து ஒரு நாளோ ரெண்டு நாளோ இருக்கேன்.”

அவர் அப்படி சொன்னதே பெரிய விஷயம் என்று மகிழ்ந்து போனான் சந்துரு. என்ன இருந்தாலும் அந்தக் கால மனிதர்! அப்படித்தான் இருப்பார் என்று விட்டுவிட்டான்.

சொன்னது போலவே அவரும் மைலாப்பூர் வந்தார். கற்பகம் வீட்டை மிக சுத்தமாய் வைத்திருந்தாள். மாமனார் மாமியாருக்கு வகை வகையாய் சமைத்துப் போட்டாள். அவள் அப்பாவும் அம்மாவும் நலம் விசாரித்தார்கள். சுடச்சுட பட்சணம் கொடுத்து சாப்பிடச் சொன்னார்கள்.

கார்த்திகைக்கு மறுநாள் பௌர்ணமியன்று கற்பகத்திற்கு அழகான பெண் குழந்தை பிறந்தது.

புண்யாகவாசனம் மைலாப்பூரில் நல்லபடி நடந்தது. மூர்த்தியும் பெண்டாட்டியோடு வந்து பத்து ரூபாய் ஓதியிட்டான். நாத்தனார் வெள்ளிக்காப்பு வாங்கிப் போட்டாள். அத்திம்பேர் இதற்கும் வரவில்லை நேரில் வந்து கூப்பிடவில்லை என்பதால். சந்துருவும் வழக்கம்போல் அதை சட்டை செய்யவில்லை.

"எம்பொண்ணு பிள்ளை பெத்தப்போ புண்யாஜனத்தன்னிக்கு ஒரு பவுன் செயின் போட்டேன்" மாமியார், செயின் போடவில்லை என்பதை நைசாகக் கூறினாள்.

"எங்காத்துல எல்லார் குழந்தைக்கும் ஆயுஷ்ஹோமத்தனிக்குதான் போடறது வழக்கம்" சங்கரன் பதிலடி கொடுத்தார். "நாங்க போடறது இருக்கட்டும் உங்க பொண்ணுகிட்ட அத்தை காப்புக்கு கால் பவுன் தங்கம் கூடவா இல்லாம போய்டுத்து? கேக்க மட்டும் தெரிஞ்சா போறாது. நீங்க செய்ய வேண்டியதையும் வக்கணையா செஞ்சுட்டு கேட்கணும். அதுசரி சீமந்தத்துக்கு பூ வாங்கவே மனசில்லாதவா மருமாளுக்கு காப்பு போட்றவா போறா?"

"பேசாம இருங்களேன்..." அம்மா அவரைக் கெஞ்சினாள். இழுத்துக்கொண்டு போனாள் "நீ சும்மா இருடி. இதை மாதிரி நாம பயந்து பயந்துதான், பிள்ளையைப் பெத்தவா என்ன வேணும்னாலும் பேசலாம்னு பேசறா. அப்பப்பொ மண்டைல குடுத்துடணும். இவா சீமந்தம் பண்ணின லட்சணத்துக்கு பேசறா பார் பேச்சு! வெட்டங்கெட்ட ஜென்மங்கள்!"

"விடுங்கோ. அவா சுபாவம் அவ்ளோதான். கல்லுல நார் உரிக்கவும் முடியாது."

"போனா போகட்டும். வந்த இடத்துல மரியாதை கொடுக்கணும்னு நினைச்சா. இன்னும் என்ன பிடுங்கலாம்னு அலையறதுகள். அது நாக்கா தேளான்னு தெரியல!" அப்பா பொருமினார்.

காப்பு பற்றி அவர் கேட்ட தாமதம்தான் எல்லோருக்கும் முகம் சுருங்கிப் போயிற்று. தொட்டில்வரைகூட இருக்க மறுத்து உடனே கிளம்பி விட்டார்கள்.

"மாமனார் பேச இவன் வேடிக்கை பார்த்துண்ருக்கான் பார்த்தேளா? அவா இவனை விலைக்கு வாங்கிட்டான்னா. அங்க இப்பொ இவன் மாப்ளயில்ல. வேலைக்காரன். இனிமே இங்க நா வரமாட்டேன். என்னைக் கூப்படாதீங்கோ. வேணும்னா அவா வந்து நம்பளைப் பார்க்கட்டும்."

மாமியார் தீர்மானமாகக் கூறினாள்.

***

குழந்தை பிறந்த பதினோராம் மாதம் கற்பகத்திற்கு ஒரு தனியார் நிறுவனத்தில் ஸ்டெனோவாக வேலை கிடைத்தது. சந்துருதான் யாரிடமோ சொல்லி வாங்கிக் கொடுத்திருந்தான். குழந்தையை அம்மா அப்பா பார்த்துக்கொள்ள கற்பகம் வேலைக்குப் போக ஆரம்பித்தாள். அதே நேரம் மூர்த்திக்கும் ஒரு பெண் குழந்தை பிறந்தது.

தனிக்குடித்தனம் போன ஒரு வாரம் வரை மூர்த்தி ஆபீஸ் உண்டு வீடு உண்டு என்றுதான் இருந்தான். பெண்டாட்டி சமையலை குறை சொல்லாது சாப்பிட்டான். ஒரு வாரம்தான் எல்லாம். அதன் பிறகு கிண்டியிலிருந்து மாம்பலம் வந்தான். அம்மா கலந்து கொடுத்த காப்பியை குடித்தான்.

"அவளுக்கு காப்பி போடவே தெரியலம்மா. ஒரே மொட்டை தண்ணியா போடறா. கடனேன்னு குடிக்கறேன்" என்றான். அம்மாவுக்கு முகம் மலர்ந்து போயிற்று.

"அடை வார்த்துத் தரவாடா?" என்றாள்.

"குடேன்" என்றான்.

மொறு மொறுவென்று அம்மா கொடுத்த காரசாரமான அடையை நாலு சாப்பிட்டுவிட்டு, "என்ன சொல்லு, உன் கை

பாகம் யாருக்கு வரும்? எம் பொண்டாட்டி அடை வார்த்தா மொத்து மொத்துன்னு வெந்தே இருக்காது.''

அம்மா இன்னும் முகம் மலர்ந்தாள். ''வாய்க்கு ருசியா சாப்பிடறதில்லையாடா நீ?'' என்றாள் விசனத்தோடு.

''எங்கம்மா? அவ கை பாகம்தான் உனக்கு தெரிஞ்ச விஷயம்தானே. ஒரு காயை வேக விடறதில்ல. சாம்பாரும் ரசமும் கொதிக்க விடறதில்ல. பச்சை வாசனையோட இருக்கு. மத்தியானம் சாப்பிடறதுக்குள்ள ஊசிப் போயிடறது. நாலு நாளா ஆபீஸ்ல மத்தியானம் சாதத்தை கொட்டிண்டு இருக்கேன்.''

''அடப்பாவமே! வயறு என்னத்துக்கடா ஆறது? ஏற்கனவே உடம்பு சரியில்லாதவன். டைபாய்டு வந்த உடம்பு வேற! இப்டி பண்ணுவாளோ அந்த மகாபாவி. இனிமே சாயங்காலம் இங்க வந்து வயறு நிறைய சாப்ட்டுட்டு போடா மூர்த்தி.''

அம்மா சொல்ல மூர்த்தி தினமும் மாம்பலம் வர ஆரம்பித்தான். ஆற அமர இருந்து டிபனோ சாப்பாடோ சாப்பிட்டுவிட்டு தினமும் லேட்டாகவே பெரம்பூர் போனான். நாலு நாள் பொறுத்துக் கொண்டாள் பெண்டாட்டி. ஐந்தாம் நாள் கத்த ஆரம்பித்தாள்.

''தினம் என்ன அம்மாவாத்துக்கு போய்ட்டு வரது? உங்களுக்கும் வீடு குழந்தைன்னு ஆனப்பறம் வேளாவேளைக்கு வீட்டுக்கு வரவேண்டாம்?''

பெண்டாட்டி கேட்டதை மறுநாள் அப்படியே அம்மாவிடம் வந்து ஒப்பித்தான் மூர்த்தி.

''பெத்த தாயாரைப் பார்க்கப் போகப்படாதுன்னு சொல்ல அவ யாரு?'' அம்மா கத்தினாள்.

பழைய குருடி கதவைத் திறடி என்று புருஷன் ஆனதும், பெண்டாட்டியும் மறுபடியும் முருங்கை மரத்தில் ஏறிக் கொண்டாள். இனிமே கார்த்தாலயும் உங்கம்மாவாத்துலயே

போய் கொட்டிண்டு போ என்றவள் தனக்கு மட்டும் கணக்காய் சமைத்துக் கொண்டாள். குழந்தையை கவனித்துக் கொள்வதிலேயே அதிக நேரம் செலவழித்தாள்.

மூர்த்தி அம்மாவின் மடியில் படுத்து அழுதான்.

“அவளுக்கு விதரணையே போறலம்மா. காசைக் கரியாக்கறா உன்னை மாதிரி செட்டும் சிக்கனமுமா குடித்தனம் பண்ணத் தெரியல. குழந்தைக்கு கேவுரு கூழ் கொடுத்தா போறாதா? அதுக்கெல்லாம் நேரமில்லையாம். கண்ட கண்ட பால் பௌடரும் வாங்கி கரைச்சு பாதி கொடுக்கறா. பாதி கொட்றா. என் பணமெல்லாம் பால் பவுடர்லயே போய்டும் போல்ருக்கே! இத்தனை வருஷம் உன்னோட இருந்தும் உங்கிட்டேர்ந்து எதுவும் கத்துக்கல அவ. அதுக்கு பழியா இப்ப நா அவதிப்படறேன்.”

“குழந்தைக்கு பேதியானா கவர்ன்மெண்ட் ஆஸ்பத்திரில காட்ட வேண்டியதுதானே. ஆயிரம் ரெண்டாயிரம்னு செலவழிச்சு நர்ஸிங் ஹோம்ல டிரிப்ஸ் ஏத்தணுங்கறா. நா தர மாட்டேன்னதும் நகையை வெச்சு என் குழந்தையைப் பார்த்துக்கறேன்றா. இப்டி ஒரு பொறுப்பில்லாதவளை என் தலைல மாட்டிட்டயேம்மா. எனக்கு நேர் மாறா இருக்காளே!”

“அந்த சண்டாளிய திருத்தவே முடியாதுடா மூர்த்தி. உன்னைப் பார்த்தா வயத்தெரியறது எனக்கு. அவக்கா வேற பக்கத்துல இருக்காளோன்னோ.. அதான் ஆடறது. அதுசரி, அண்ணங்காரன் அங்கயும் வந்து போறானா? ஆனா வந்தாலும் உனக்கெங்க தெரியப் போறது. காலம்பற புறப்பட்டு வந்தா ராத்திரிதான் போற நீ. நடுல அங்க என்ன அசிங்கமெல்லாம் நடக்கறதோ. யாருக்குத் தெரியும்? ஆனா ஒண்ணுடா மூர்த்தி. இந்த ராட்சசி பேரை மட்டும் உன் காசுக்கு நாமினேஷன் எழுதி கொடுத்துடாத நீ. உன்னை கொன்னுட்டு காசை எடுத்துண்டு ஓடக்கூட தயங்க மாட்டா. அவ பேரா எழுதிக் கொடுத்திருக்க?”

"அதெப்டி... இன்னும் உம்பேர்தான் இருக்கு. அவ பேருக்காவது, நானாவது, மாத்தறதாவது!"

"அப்பாடா! இப்பதான் நேக்கு உசிர் வந்துதுடா மூர்த்தி." அம்மா அகமகிழ்ந்து போனாள். காலையிலும் பிள்ளைக்கு வயிறு நிறைய சாதம் போட்டாள். பாதி நாள் வீட்டுக்கே போகாமல் அங்கேயே தங்கினான் மூர்த்தி. போ என்று அம்மாவும் சொல்லவில்லை. ஆனால் பெண்டாட்டி எத்தனை நாள் பொறுத்துக் கொண்டிருப்பாள்? ஒரு நாள் வீட்டுக்கு வந்தவனை பிலு பிலுவென்று பிடித்துக் கொண்டாள் அவள்.

"உனக்கெல்லாம் எதுக்குய்யா கல்யாணம் குழந்தை? உங்காத்தா வீட்லயே இருக்கறதுதானே. எதுக்கு வந்த? இருக்கேனா செத்தேனான்னு பார்க்கவா?"

"நீ ஒழுங்கா இருந்தாதானே இங்க வரதுக்கு?"

"ஏன் ஒழுங்கா இல்லாம என்னவாம்? உனக்கு சமைச்சுப் போடலையா? நீதானே ஆத்தா வீட்டுல விழுந்து கிடக்க! நீ ஒழுங்கா வீட்டுக்கு வந்தாதான நா ஒழுங்க இருக்க!"

"கரெக்ட்! அம்மா சொன்னது சரிதான். நீயே ஒத்துக்கற பார்."

"என்ன சொன்னா உங்க ஆத்தா?"

"அந்த அண்ணங்காரன் இங்க வந்து போயிண்ருக்கான்னு அவ சொன்னது சரிதான்! இதோ இதுகூட அவனுக்கு பிறந்ததாதான் இருக்கும்!"

மூர்த்தி நிதானமாகச் சொல்ல அவள் தலையில் இடி விழுந்தாற்போல் நின்று விட்டாள்.

எத்தனையோ சொல்லியிருக்கிறார்கள். இதுவரை அவள் எதையும் சட்டை செய்ததில்லை. பொறுத்துக் கொண்டு ஏழு வருடம் அங்கே குப்பை கொட்டி ஒரு வழியாய் தனியே வந்த பிறகும் நிம்மதியில்லை என்றாகிவிட்டது. இந்த வார்த்தைகள் அவளை மிகவும் காயப்படுத்திவிட்டது.

"இனிமே உன்னோட வாழ நா தயாரா இல்ல. இங்கேர்ந்து போய்டு நீ!" அவள் புருஷனை வெளியே தள்ளி கதவைத் தாளிட்டாள். அக்கம் பக்கம் வேடிக்கை பார்த்தது.

"கட்டின புருஷனை அடிச்சு வெளில தள்ளினாளா? பொண்ணா பேயா அவ?" அம்மாக்காரி புலம்பினாள். "எம்பிள்ளை வாழ்க்கை இப்டியாய்டுத்தே... பார்த்து பார்த்து வளர்த்து கடசில ஒரு ராட்சஸியக் கட்டி வெச்சுட்டேனே உனக்கு! இன்னும் எதுக்குடா அவகூட இருக்கணும். உன் சாமானைத் தூக்கிண்டு வா. புருஷனோட வாழாதவளை உலகம் மதிக்காது. காறித் துப்பும்... அப்பறம் கதறிண்டு வரப் போறா பார். அப்பொ அடிச்சுத் துரத்து அந்த நாயை. இதுக்கெல்லாம் காரணம் அந்த அண்ணங்காரன்தாண்டா. இது கெட்டு சீரழிஞ்சாச்சு. இனிமே குடித்தனத்துக்கு லாயக்குப்படாது. குளிச்சு தலை முழுகிடு. அதான் நல்லது".

அம்மா எரியும் நெருப்பில் நெய் ஊற்ற தீ இன்னும் திகுதிகுவென்று எரிந்தது. யார் புத்தி சொல்லியும் கேட்கவில்லை. டைவர்ஸ்தான் என்று பிடிவாதமாக இருந்தான். "ஜீவனாம்சம் எவ்வளவு கொடுக்கப் போகிறாய்?" யாரோ கேட்டார்கள்.

“மாசா மாசமெல்லாம் முடியாது. மொத்தமா ஒரு அஞ்சாயிரம் கொடுத்து தொலைக்கறேன்” அவன் பதில் சொன்னான். அந்த ஐயாயிரத்திற்கே மாய்ந்து போனது அவன் மனது. அவள் எதையுமே எதிர்பார்க்கவில்லை. விட்டால் போதும் என்றிருந்தது அவள் மனம். அந்த அளவுக்கு நொந்து போயிருந்தாள். இந்த மகாமோசமான மனிதனோடு எட்டு வருஷம் வாழ்ந்ததே போதும். அவள் வாழ்க்கை பாழாகிவிட்டது.

இவனிடம் குழந்தை பெற்றுக் கொண்டது மிகப் பெரிய தவறு என்று தோன்றியது. ஆனால் அந்த குழந்தைதான் இப்போது இந்த விடுதலைக்கும் காரணமாக இருக்கிறது என்று நினைத்தபோது குழந்தையின் மீது அன்பு அதிகரித்தது. போதும்டா சாமி! ஒரு பூவுக்கும் புடவைக்கும்கூட புருஷனை எதிர்பார்க்க முடியாத வாழ்க்கை இன்றோடு போதும். இனி எவ்வளவு அனுசரித்துப் போனாலும் நல்லவள் என்ற பேரா கிடைத்துவிடப் போகிறது! அல்லது அவன் துர்க்குணத்தைதான் மாற்றி விடப்போகிறதா...? போதும். இதுவரை பட்டதெல்லாம் போதும். இனி கஞ்சியோ கூழோ நிம்மதியாக குடித்துக் கொண்டு ஜீவித்திருக்கலாம். எந்த ஜென்மத்து கடனோ இந்த எட்டு வருட பந்தம்! வாழ்ந்து தீர்த்தாகி விட்டது. விடுதலையும் கிடைத்து விட்டது.

பரஸ்பர ஒப்புதலில் பிரிய முன் வந்ததால் விவாகரத்து சீக்கிரமே கிடைத்து விட்டது. ஜீவனாம்சம் ஐந்தாயிரம் என்பதிலும் கோல்மால் செய்தான் மூர்த்தி. ஐந்துக்கு பதிலாக மூன்று என்று அடிக்கச் சொன்னான் வக்கிலிடம். அவளிடம் கையெழுத்து வாங்கினான். அவளும் படித்துக்கூடப் பார்க்கவில்லை. அவன் கொடுத்த பணத்தையும் எண்ணிப் பார்க்கவில்லை. குழந்தையை அழைத்துக் கொண்டு போய்விட்டாள். ஐந்து பேசி மூன்று கொடுத்ததை வீட்டிற்கு வந்து பெருமையாய் சொல்லிக் கொண்டான். அம்மா அகமகிழ்ந்து பிள்ளையை

சிலாகிக்க, அப்பா கத்தினார். "என் ரத்தத்துல பொறந்துட்டு இப்டி ஏமாத்தறயே, இது உனக்கு நல்லதில்ல. பின்னாடி கஷ்டப்படுவ பார்" என்றார். மூர்த்தி அதை பெரிதாக எடுத்துக் கொள்ளவில்லை. தன் சாமான்களோடு மாம்பலம் வீட்டிற்கே நிரந்தரமாக வந்து சேர்ந்தான். அவன் அங்கு வந்த மூன்றாம் மாதம் அப்பா செத்துப் போனார்.

***

கம்பெனியில் இரண்டு வருடம் வேலை செய்த பின் சர்வீஸ் கமிஷன் எழுதி பாஸ் பண்ணினாள் கற்பகம். அப்பாதான் சர்வீஸ் கமிஷன் ரிஸல்ட் பார்த்துச் சொன்னார். அவள் பாஸானதும் ஸ்பெஷலாய் பாதுஷா போட்டு எல்லோருக்கும் வினியோகித்தார். சந்துருவுக்கு வாயெல்லாம் பல். ஆனால் கடலூரில் வேலை என்றதும் வீடு டல்லாகி விட்டது. பெண்ணை அம்மாவின் பொறுப்பில் விட்டுவிட்டு கடலூர் போனாள். பாதி நாள் லீவு. பாதி நாள் உத்யோகம் என்று அல்லாடினாள்.

குழந்தையை அம்மாவும் அப்பாவும் கண்ணும் கருத்துமாக பார்த்துக் கொண்டார்கள். மாப்பிள்ளைக்கும் மாமனாருக்குமிடையில் ஒரு கண்ணியமான அன்பு நிலவியது. பரஸ்பர மரியாதை கூடியது. எல்லோரும் எதிர்பார்த்தது போல் மாமனார் வீட்டில் அவன் தன்மானமும் சுயகௌரவமும் போய்விடவில்லை. மாறாக நல்ல முறையில் புரிந்துகொண்டு ஒரு சின்ன சச்சரவுகூட இன்றி வாழ்ந்தார்கள். தன் மாதக் கடைசி வறட்சியை மறந்தும்கூட அப்பா அம்மாவிடம் சொல்ல மாட்டாள் கற்பகம். ஆனால் அவர்களாக அதை புரிந்துகொண்டு அவர்கள் மனம் கூச்சப்படாமல் நாசூக்காக உதவுவார்கள்.

ஒரு வருட அவதிக்குப் பின் சென்னைக்கு மாறுதல் கிடைத்து பணியில் சேர்ந்த ஐந்தாம் மாதம் மாமனாரின்

மறைவுச் செய்தி வந்தது. அப்போது கற்பகம் இரண்டாவது முறை கர்ப்பமுற்றிருந்தாள். அதே வாந்தி மயக்கம். மசக்கை தலை சுற்றல் என்று அவதியோடு சாவுக்கு மாம்பலம் போக, பழசெல்லாம் நினைவுக்கு வந்து, உடல் நடுங்கியது. எத்தனை அவதி! மாமியாரைவிட நாத்தனார்தான் அழுது ஆர்ப்பாட்டம் பண்ணினாள். தலைவிரி கோலமாய் அழுதாள். தொண்ணூற்றி ஏழு வயசு அப்பா போனதற்கு மாரில் அடித்துக்கொண்டு புருஷனை பறி கொடுத்தவள் போல் அழுதாள். அதுவும் அவள் புக்கத்து மனிதர்கள் வந்ததும் அழுகை உச்ச ஸ்தாயியை எட்டியது. பெரிய ஓர்ப்படியைக் கட்டிக்கொண்டு பெரிதாய் ஊளையிட்டாள்.

"மன்னி! எங்கப்பா போயட்டாளே! அய்யய்யோ, எங்கப்பா என்னை விட்டுட்டு போய்ட்டாரே, நா என்ன செய்வேன்? எங்கப்பான்னா எனக்கு உசிராச்சே!"

"என் தங்கமே, அழாதடிமா. நாங்கள்ளாம் இருக்கோம்டி உனக்கு...!" அவள் ஓர்ப்படி பதிலுக்கு ஊளையிட்டாள்.

இந்த ஊளையெல்லாம் பத்து நிமிடம்தான். அவள் நாக்கு மறுபடியும் விஷம் கக்கத் தொடங்கியது.

"மன்னி எங்கப்பா சொல்லியிருக்கா மன்னி. 'தங்கம்! நீ நன்னார்ப்படி தங்கம்'னு சொன்னார் மன்னி. எங்கண்ணாவும் நன்னா இருப்பான்னு சொன்னார் மன்னி. நீங்க வேணா பாருங்கோ மன்னி, அவரோட ஆசில நாங்க ரெண்டு பேரும் நன்னார்ப்போம் மன்னி!"

இதையே நூறு முறை அவள் சொல்ல பாலக்காட்டு சித்தியும் சித்தப்பாவும் முகம் சுளித்தார்கள். சித்தி அவளைத் தனியே அழைத்து புத்தி சொன்னாள். "உனக்கு வயசாறதுடி தங்கம். இப்படியெல்லாம் நீ பேசப்படாது. உங்க ரெண்டு பேரை விட்டா மீதி யாருடி? அவன் ஒருத்தன் தானே? அவங்கிட்ட எதுக்குடி இத்தனை துவேஷம்? அவன் உன்னைவிடச்

சின்னவன். உன் தம்பியில்லையா? இனிமே இப்டி சொல்லாதே. நாங்க எல்லாரும் நன்னார்ப்போம்னு சொல்லு."

கடிந்து கொண்ட சித்தியை தங்கம் முறைத்துவிட்டு உள்ளே போனாள். நாய் வாலை நிமிர்த்த முடியாது என்பதுபோல் அடுத்த ஓர்ப்படி வந்த போதும் இதே பிலாக்கணத்தை பாடினாள்.

"எங்கப்பா ஆசி வீண்போகாது மன்னி! நானும் எங்கண்ணாவும் நன்னார்ப்போம்."

கற்பகத்தின் காதுகளில் இந்த வார்த்தைகள் திரும்பத் திரும்ப ரீங்கரிக்க அழுகையை அடக்கிக் கொண்டாள். சித்தி அவளை சமாதானப்படுத்தினாள்.

பதிமூன்று நாளும் மைலாப்பூரிலிருந்து வந்து வந்து போனாள் கற்பகம். சந்துரு அங்கேயே தங்கினான். சித்தி சித்தப்பா இருந்ததால் வீடு கொஞ்சம் கலகலப்பாக இருந்தது.

பதிமூன்றாம் நாள் கிரேக்கியம் முடிந்து சித்தி சித்தப்பா ஊருக்கு வண்டியேறிச் சென்றதும் மாப்பிள்ளை மாமியாரிடம் மெல்ல ஆரம்பித்தான்.

"பொண்ணுக்கு என்ன உண்டோ அதைப் பிரிச்சு கொடுத்துடுங்கோ."

மாமியார் அதிர்ந்து போனாள். சந்துருவும் கற்பகமும் அதிரவில்லை. இது தெரிந்ததுதானே என்பதுபோல் வேடிக்கை பார்த்தார்கள்.

❋❋❋

உறவுகளை விட பொருட்கள் சில நேரம் முக்கியமாய் போய் விடுகிறது. எல்லோருக்கும் பொருட்களை அடைய ஆசை அதிகரிக்கிறது. ஆசை அதிகரிக்க அதை அடைய தடையாய் இருப்பவைகள் எப்போது நீங்கும் என்று மனம் உள்ளூர எதிர்பார்க்கத் தொடங்கி விடுகிறது.

அப்பா செத்தபோது மாரில் அடித்துக் கொண்டு தலைவிரி கோலமாய் அழுத அதே பெண் இப்போது புருஷனோடு சேர்ந்து கொண்டு எனக்குத் தர வேண்டியவைகளைத் தந்து விடு என்று அம்மாவிடம் பழியாய் நின்றாள்.

அம்மா முடியாது என்று மறுத்தாள். அவள் யாருக்கும் எதுவும் கொடுக்க விரும்பாதவள். அந்த வகையில் அவளுக்கு மாட்டுப் பொண்ணும் ஒன்றுதான் பெண்ணும் ஒன்றுதான். தன் நகை நட்டு, பாத்திரங்கள், பட்டுப் புடவைகள் மீது கொள்ளை பிரியம். தொட்டுப் பார்க்கக்கூட யாரையும் அனுமதிக்க மாட்டாள். கழுத்து நிறைய நகை போட்டிருப்பதை பெரிய கௌரவமாய் நினைப்பவள்.

அப்படி போட்டிருக்கிறவர்களைதான் மதித்துப் பேசுவாள். சின்ன வயதில் வறுமையில் வாடி, அதே வறுமையால் வயதானவருக்கு வாழ்க்கைப்பட்டவள் அவள். அவர்

உழைப்பாளி. நிறைய சம்பாதித்தார். மனைவிக்கு நகையாய் நட்டாய் புடவையாய் வாங்கிக் கொடுத்தார். அடுக்களையில் சாமான்களை வாங்கி நிரப்பினார்.

எதற்கும் குறைவில்லை. பிறந்த வீட்டில் கிடைக்காத சோறும், பணமும் நகையும் கண்டதும் வயது வித்யாசம்கூட அவளுக்கு உறுத்தலாயில்லை. புருஷனை அதிகமாகவே நேசித்தாள்.

வீட்டில் சகல தானியங்களும் நிறைந்திருக்க, எப்போதும் சமையல் பற்றியே ஞாபகம். குழந்தைகளுக்கு சாப்பிடு சாப்பிடு என்று வயிறு நிறைய ஊட்டி வளர்த்தாள்.

சாப்பாடுதான் முக்கியம் என்ற உணர்வுடனே அவர்களையும் வளர்த்து விட்டாள். சாப்பாட்டுக்கு கொடுத்த முக்கியத்துவத்தை அவர்கள் கல்வியிலும் நாகரிகத்திலும் காட்டவில்லை.

சுத்தம் என்றால் மூவரும் வீசை என்ன விலை என்பார்கள். துணிமணிகளை வெகு சீக்கிரம் அழுக்காக்கிக் கொண்டார்கள்.

கண்ட இடத்தில் துணி அவிழ்த்து குவியலாய் போட்டார்கள். எது தோய்த்தது எது தோய்க்காதது என்று தெரியாமல் அழுக்கையே திரும்பத் திரும்ப உடுத்திக் கொண்டார்கள்.

காலை சாப்பாடு சாப்பிடும்போதே மத்தியான டிபன் என்ன வேண்டும் என்று கேட்பாள். டிபன் சாப்பிட்டு முடிப்பதற்குள் ராத்திரி சாப்பாட்டுக்கு காய் நறுக்க அமர்ந்து விடுவாள்.

சாப்பாடு தேவைதான். அதுவே அந்த வீட்டில் வாழ்க்கையாகி விட்டது. எனவே பெண்ணும் பிள்ளைகளும் மந்த புத்தியோடுதான் வளர்ந்தார்கள்.

ஆங்கில அறிவு அறவே இல்லை. எஸ்.எஸ்.எல்.சி பாஸ் பண்ணுவதற்குள் திணறி விட்டார்கள். அந்தக் காலம் என்பதால் எப்படியோ பெரியவனுக்கு அரசாங்கத்தில் உத்யோகம் கிடைத்தது.

பிள்ளை காசை வாங்கிச் செலவு செய்ய வேண்டிய நிலையில் அப்போது வீடு இல்லை. அவர் கை நிறைய சம்பாதித்ததால், உன் பணத்தை அப்டியே பாங்க்ல போட்டு வெச்சுக்கோ என்று பிள்ளைக்கு வங்கிக் கணக்கு துவங்கிக் கொடுத்தார்.

அதுதான் அவர் செய்த தவறு. கடைசிவரை அவனுக்கு காசு சேர்ப்பதே வெறியாகி விட்டது. வீட்டுக்குக் கொடுக்க மனம் வராமலே போய்விட்டது.

சின்னவனுக்கு தான் சமைக்கப்போன ஆபீஸர் வீட்டில் அவரிடம் சொல்லி சென்ட்ரல் கவர்ன்மெண்டில் தற்காலிகமாய் ஒரு உத்யோகம் வாங்கிக் கொடுத்தார்.

அந்த உத்யோகம் நிரந்தரமாக லட்டுவும் ஜாங்கிரியும் நிறைய பேருக்கு லஞ்சமாய்க் கொடுத்தார். கற்பகத்தின் அதிர்ஷ்டம் சந்துரு மூர்த்தியைப்போல குறுகிய புத்தியோடு இல்லை. தாராளமாக செலவழித்தான். சிகரெட் பிடிக்கக்கூட கற்றுக் கொண்டான். அதனாலேயே அம்மாவுக்கு பிடிக்காமல் போய்விட்டது.

பிள்ளைகளைப் பெற்றால் மட்டும் போதாது. எனக்கு ரெண்டு பிள்ளையாக்கும் என்று பீற்றிக் கொண்டால் மட்டும் போதாது. அதற்கு உணவோடு, கல்வி ஞானமும் அளிக்க வேண்டும் என்று அவர்களுக்குத் தெரியவில்லை. அவர்களுடைய உறவில் வேறு யாரும் இப்படியில்லை. மற்ற எல்லாருடைய பிள்ளைகளும் நிரம்பப் படித்து பெரிய பெரிய உத்யோகங்களில் இருப்பவர்கள். நுனி நாக்கில் ஆங்கிலம் பேசுபவர்கள். நாசூக்காய் உண்பவர்கள்.

நாலுபேர் இருக்கும் சபையில் நாகரிகமாய் பழகத் தெரிந்தவர்கள். இவர்கள் வீட்டில்தான் இப்படி. நல்லகாலம், தனிக்குடித்தனம் வந்ததும் சந்துருவை நிறைய மாற்றினாள் கற்பகம்.

நீட்டாய் இருப்பது எவ்வளவு அவசியம் ஒன்று புரிய வைத்தாள். பந்தியில் நாசூக்காக சாப்பிட வற்புறுத்தினாள்.

இரண்டாவதும் பெண் பிறக்க வேண்டும் என்று அவள் விரும்பியபடியே பெண்ணாகவே பிறந்தது. ஏனோ பிள்ளை என்றாலே அவளுக்கு பயமாகிவிட்டது.

பெண்தான் நல்லது என்று தோன்றிவிட்டது. தன் நான்கு பெண்ணுக்கும் வரதட்சணை கொடுத்து சிறப்பாக கல்யாணம் பண்ணின கற்பகத்தின் அப்பா தன் ஒரே பிள்ளைக்கு ஒற்றை பைசா வரதட்சணை வாங்காமல் எதையும் அதிகம் கேட்டு பெண் வீட்டை பிடுங்கி எடுக்காமல் தானே நிறைய நகை போட்டு ஆசையாய் கல்யாணம் செய்து வைத்த மறு வருடம், எதிர்பாராத மாரடைப்பில் செத்துப்போக, கற்பகத்தால் இந்த அதிர்ச்சியைத் தாங்க முடியவில்லை. அப்பா பெற்ற ஐந்து குழந்தைகளும் கதறித் தீர்த்தது. இந்த கதறலில் நடிப்பில்லை. ஏனென்றால் அப்பா அத்தனை பேரின் மனதிலும் நிறைந்திருந்தார். முக்கியமாய் அவருக்கு அருகிலேயே வாழ்ந்துவிட்ட கற்பகம்தான் அதிகமாய் பாதிப்படைந்தாள்.

எல்லோரையும் போல் சாதாரண அப்பாவாக இல்லை. இவர் அவளுக்கு குருவாக, வழிகாட்டியாக, சிநேகிதராக இருந்தார். அவருடைய மறைவைத் தாள முடியாமல் இன்னமும் துடித்துக் கொண்டிருக்கிறாள் அவள்.

'நாங்க ரெண்டு பேரும் நன்னார்ப்போம்' என்று சொன்ன நாத்தனாரின் புருஷன் கிட்னி பெயிலியராகி அவளை விதவையாக்கிவிட்டு செத்துப் போனான்.

எப்போதோ செய்த மூளைக் கட்டி ஆபரேஷனின் பாதிப்பு, முப்பது வருடத்திற்குப் பிறகு மூர்த்தியின் ஒரு கையை பக்கவாதம் போல் தாக்கி செயலிழக்க வைத்துவிட்டது. ஒரு கையால் டைப் அடிக்க முடியாமலும் வேலையை விட்டுவிடவும் முடியாமல் அவதிப்படுகிறான் அவன். ரெண்டாயிரம் ரூபாய்க்கு பெண்டாட்டியை ஏமாற்றிய பாவத்திற்கு இப்போது ஆயிரம் ஆயிரமாய் கொட்டியழுது கொண்டிருக்கிறான்.

நன்றாயிருப்பது என்றால் என்ன என்று யோசித்தாள் கற்பகம். பண வசதி மட்டுமே நன்றாயிருப்பதை குறிக்கும் என்றால் நாத்தனாரும் மைத்துனரும் நன்றாகத்தான் இருக்கிறார்கள். புருஷன் செத்த பிறகு நிறைய பணம் அவளுக்கு வந்திருக்கிறது. அதேபோல் இத்தனை நாள் சேமிப்பின் மூலம் மூர்த்தியும் நிறையவே சேமித்து வைத்துக் கொண்டிருக்கிறான். ருத்திராட்சர மாலைகூட வெள்ளியிலும் தங்கத்திலும் செய்து போட்டுக் கொண்டிருக்கிறான்.

ஆனால் நிம்மதியோடும், நிறைவோடும் மகிழ்வோடும் இருப்பதுதான் நன்றாயிருப்பது என்றால் நிச்சயம் அந்த இருவரும் நன்றாயில்லை. அம்மாவைப் போலவே பெண்ணும் தன் இரு பிள்ளைகளை சரியாக வளர்க்காமல், அந்த பிள்ளைகள் இன்று படுத்தும் பாட்டில் நிம்மதியற்று இருக்கிறாள்.

பிறந்த வீட்டிலிருந்து இன்னும் எதுவும் கிடைக்கவில்லையே என்று நிறைவற்று இருக்கிறாள். நிறைவில்லாததால் மகிழ்ச்சியில்லை. அதேபோல்தான் மூர்த்தியும். ஒரு கை சுத்தமாய் செயலிழந்துவிட்டது. எல்லாவற்றுக்கும் அம்மாவின் உதவி தேவை என்கிற நிலை. ஓய்வெடுக்க வேண்டிய வயதிலும் பிள்ளைக்கு சிசுருஷை செய்துகொண்டு முடியாமல் சமைத்துப் போட்டுக் கொண்டிருக்கிறாள் அம்மா.

அன்று தேகத்தில் வயதும் சக்தியும் இருந்த காலத்தில் மாட்டுப் பெண்ணைக் குறை கூறிக் கூறி இவ்விருவரையும் பிரித்த பாவத்திற்கு இன்றும் ஓய்வின்றி, நிம்மதியின்றி தனக்குப் பின் தன் பிள்ளைக்கு யார் செய்வார்கள் என்ற கேள்வியோடு நடமாடிக் கொண்டிருக்கிறாள்.

கற்பகம் மாமியாரை தன்னிடம் வந்து விடுமாறுதான் அழைக்கிறாள். ஆனால் பிள்ளையை விட்டுவிட்டு வர அவளுக்கு விருப்பமில்லை. பெண்டாட்டி செத்திருந்தால் பரவாயில்லை, கொழுப்பெடுத்துப் போய் குழந்தையோடு

அவளை விவாகரத்து செய்து அனுப்பினவனை எதற்கு நான் கூப்பிட்டு வைத்துக் கொண்டு சிசுருஷை செய்ய வேண்டும் என்று மறுத்துவிட்டாள் கற்பகம். அவரவர் படுத்திய பாட்டிற்கு கை மேல் இப்போது அவர்களுக்கு பலன் கிடைத்து அனுபவித்துக் கொண்டிருக்கிறார்கள். குருமாமிகூட செத்துப் போய் விட்டாள் என்று கேள்வி. அந்த வீடும் விற்கப்பட்டு விட்டது.

கற்பகம் இப்போது பரவலாக எல்லோராலும் பேசப்படும் எழுத்தாளர். பிரபலமானவர்கள் விலாசப் புத்தகத்தில் அவள் பெயரும் இருக்கிறது. அப்பாவின் ஆசீர்வாதத்தின்படி அவள் குடியிருக்கும் வீட்டின் ஒரு பகுதியை விலைக்கு வாங்கி நிறைவோடும் மகிழ்வோடும் இருக்கிறாள்.

வீடு நிறைய ஸ்வாமி படங்களை ஓவியம் தீட்டி மாட்டியிருக்கிறாள். அப்பாவின் செருப்பை பொக்கிஷமாகவும் பூஜைக்குரியதாகவும் கருதி கண்ணாடிப் பெட்டியில் வைத்து பாதுகாத்து வருகிறாள். அவளுடைய மூத்த பெண்ணுக்கு பதினைந்து வயதாகிறது. சின்னப் பெண்ணுக்கு பத்து வயதாகிறது. இரண்டு பேருக்கும் அபார நகைச்சுவை உணர்ச்சி.

வீடு எப்போதும் கலகலப்பாயிருக்கிறது. அப்போது அப்பா அவளுக்கு பலமாயிருந்தது போல் இப்போது தம்பி பக்க பலமாயிருக்கிறான். அவளுக்கு ஒன்று என்றால் உதவிக்கு ஓடி வருகிறான். அவன் பெண்களிடம் உயிரை வைத்திருக்கிறான். இன்னும் அம்மா, அக்கா, தங்கை எல்லோருமே அவளுக்கு ஓடி ஓடி வந்து உதவி செய்கிறார்கள்.

புகுந்த வீட்டில்தான் அவள் அனாதை. பிறந்த வீட்டில் அவள் ராணி. அனைவராலும் நேசிக்கப்படுபவள். அனைவரையும் நேசிப்பவள். அவளுக்கு ரசிகர் கூட்டம் நாளுக்கு நாள் அதிகமாகிக் கொண்டிருக்கிறது. வீடு தேடி நிறைய பேர் வந்து நாவல் பற்றியும் தொடர்கதை பற்றியும் சிறு கதைகள் பற்றியும் பேசிவிட்டுப் போகிறார்கள். தான்

உயர்ந்த ஸ்தானத்தில் இருப்பதைப் பார்க்க அப்பா இல்லையே என்ற ஒரே குறைதான் அவளுக்கு இப்போது இருக்கிறது.

கற்பகம் யார் என்று அறிய விரும்புகிறவர்கள் இந்த நாவலின் மேலட்டையை மறுபடியும் ஒருமுறை பார்த்தால் தெரிந்து கொண்டுவிடலாம். ஆம். நானேதான். என் வாழ்வின் மறக்க முடியாத அந்த கடந்த மாதங்களைத்தான் மனம் விட்டு எழுதியிருக்கிறேன். அப்படியானால் உன் மாமியாரும் மைத்துனரும் இப்போது எங்கிருக்கிறார்கள் என்று கேட்பது புரிகிறது.

அவர்கள் அதற்குப் பின்னரும் கடைசிவரை அதே இருண்ட பொந்துக்குள்தான் வசித்தார்கள். அதை விட்டு வெளியே வந்து வெளிச்சத்தைப் பார்க்க அவர்களுக்கு விருப்பமில்லை. அதுவே பழகிவிட்டது அவர்களுக்கு.

—— முற்றும் ——

www.ingramcontent.com/pod-product-compliance
Lightning Source LLC
LaVergne TN
LVHW090932150826
845672LV00006B/1483

* 9 7 8 9 3 9 5 4 4 1 8 4 1 *